कौशल्य विकास एक संधी

डॉ. अनिल इंगुलकर

MBA, PhD

अनुक्रमणिका

पार्श्वभूमी

आजच्या काळात तरुणांची लोकसंख्या जास्त असलेल्या श्रेणीत, भारताचे नाव अग्रस्तानी येते. भारताच्या एकूण लोकसंख्येपैकी ५४% माणसे ही साधारणतः २५ वय वर्षापिक्षा कमी वयोगटांतील असून, ६२% माणसे ही कार्यरत वयोगटात मोडतात. साधारण पुढील १० वर्षात १५-५९ ह्या वयोगटामध्ये वाढ होण्याची शक्यता आहे. त्यामुळे लोकसंख्येतील ह्या वाढीचा अधिक लाभ घेऊन कमी कालावधीत कौशल्य कमतरतेवर मात करण्याची गरज ठरणार आहे.

देशाच्या आर्थिक आणि सामाजिक विकासासाठी, कौशल्य व ज्ञान ह्या दोन गोष्टी अत्यंत महत्त्वाच्या ठरतात. इतर राष्ट्रांपेक्षा, भारतात कुशल आणि प्रशिक्षित कामगारांची संख्या कमी आढळते. युनायटेड किंगडम, जर्मनी, युनायटेड स्टेट्स ऑफ अमेरिका, जपान आणि साऊथ कोरीया ह्यांसारख्या देशांमधे वरील संख्येचे प्रमाण अनुक्रमे ६८%, ७५%, ५२%, ८०% व ९८% आहे तर भारतामध्ये हे प्रमाण २.३% एवढे आहे. भारतात, कामावर आधारित कौशल्य असलेल्यांची संख्या इतकी कमी असल्याने, अनेक माणसांना बेरोजगारीशी सामना करावा लागतो. ह्या परिस्थितीत योग्य ते बदल करून व कौशल्य प्रशिक्षणावर अधिक लक्ष देऊन, पुढील काळात भारत आर्थिक दृष्ट्या विकास करू शकणार आहे.

आज भारताची वाटचाल ज्ञानावर आधारित असलेल्या अर्थव्यवस्थेवर चाललेली असून, भारतातील तरुणांच्या स्वप्नांना अधिक

बळ देण्याची जबाबदारी ही राष्ट्राने उचलली पाहिजे. तरुणांची ही स्वप्ने सत्यात उतरवण्यासाठी, कौशल्य प्रशिक्षण व त्याची गुणवत्ता ह्यांत लक्ष केंद्रित करण्याची आवश्यकता आहे.

कार्य आणि त्यासाठी लागणारी महत्त्वाची कौशल्ये ह्या दोन्ही गोष्टी आर्थिक आणि रोजगार दृष्ट्या अत्यंत गरजेच्या आहेत. इतर राष्ट्रीय प्रतिमान आणि विविध धोरणांसह समन्वय स्थापित करणे आवश्यक असल्यामुळे नोव्हेंबर २०१४ मध्ये कौशल्य विकास आणि उद्योजकता मंत्रालयाची (Ministry of Skill Development and Entrepreneurship) स्थापना झाली. ह्यालाच आधी कौशल्य विकास आणि उद्योजकता विभाग (Department of Skill development and Entrepreneurship) म्हणून ओळखले जात होते. ह्या विभागाचे उद्दिष्ट विद्यमान कौशल्य प्रशिक्षण उपक्रमांना "मिशन मोड" मध्ये "Skill India" च्या अजेंडा अंतर्गत जोडणे असा आहे.

२०१५ मध्ये राष्ट्रीय धोरण- कौशल्य विकास आणि उद्योजकता (National Policy for Skill Development and Entrepreneurship) ह्या नवीन धोरणाची घोषणा करण्यात आली. गती, गुणवत्ता आणि शाश्वती ही ह्या धोरणाची प्रमुख उद्दिष्टे आहेत. ह्या धोरणाच्या आधारे कार्यकौशल्य सामान्य मानक रचनेत बसवण्याचे आणि त्या उपाययोजना मागणीच्या आधारे जोडण्याचे कार्य केले जाते. संपूर्ण संस्थात्मक आराखड्याची ओळख, ही अपेक्षित परिणाम साध्य करण्यास मदत करते. सरकार, कॉर्पोरेट सेक्टर, समुदाय आधारित संस्था, पात्र व्यक्ती, उद्योग आणि व्यापारी संस्था, कौशल्य विकासाची समान जबाबदारी घेण्याचे उद्दिष्ट या धोरणात समाविष्ट करण्यात आलेले आहे.

हे धोरण, कौशल्य विकास व सुधारित रोजगार क्षमता आणि उत्पादकता ह्यांना जोडून ठेवते. अशा धोरणांमुळे राष्ट्राची सर्वसमावेशक (GDP) ची वाढ होण्यास मदत होते. उद्योजकतेला चालना देण्यासाठी आणि कुशल कामगारांना असंख्य संधी निर्माण करण्यासाठी, कौशल्य धोरण आणि विशिष्ट प्रयत्नांची सांगड या धोरणामध्ये समाविष्ट केली गेली आहे.

१. प्रस्तावना

कौशल्य व ज्ञान ह्या दोन्ही गोष्टी देशाच्या आर्थिक व सामाजिक प्रगतीस हातभार लावतात. जागतिक स्तरावर वेगाने प्रगती करणाऱ्या अर्थव्यवस्थेमध्ये भारताचा समावेश होतो. पण ह्या अर्थव्यवस्थेमध्ये आपल्या समोर २ प्रश्न उभे राहतात-ते म्हणजे कौशल्य प्रशिक्षण घेतलेल्यांचा तुटवडा आणि मोठ्या प्रमाणात नोकरीसाठी लागणारी कौशल्ये ही कमी प्रमाणात असलेली वा अजिबात नसलेली लोकसंख्या.

उत्तम कौशल्य प्रशिक्षण घेतलेले राष्ट्र, जगातील नवीन आव्हाने व संधींशी अधिक चांगल्या पद्धतीने आणि प्रभावीपणे समोर जाऊ शकतात. आजच्या घडीला भारत, ज्ञानावर आधारित असलेल्या अर्थव्यवस्थेच्या मार्गावरून झपाट्याने प्रगती करत आहे. पण त्याचबरोबर कौशल्य विकासावर लक्ष देणे तितकेच महत्त्वाचे ठरते. आर्थिक आणि सर्वसमावेशक विकास- ह्या दोन महत्त्वाच्या गोष्टी साध्य करण्यासाठी, भारताला देशांतर्गत उत्पादन (GDP) हे किमान दरसाल ८% ते ९% वाढवण्याची गरज आहे आणि त्याकरिता पायाभूत सुविधांचा विकास, कृषी प्रगती, उत्पादक सुधारणा, आर्थिक क्षेत्राची वाढ, कौशल्य प्रशिक्षण घेतलेले कर्मचारी आणि व्यावसायिक वातावरण ह्या सगळ्या गोष्टी देशाच्या प्रगतीसाठी आज अत्यंत महत्त्वाच्या आहेत.

भारताच्या अर्थव्यवस्थेत कृषी क्षेत्राचा वाटा साधारण २०%, तर दुय्यम आणि तृतीय क्षेत्रे अनुक्रमे २५% व ५५% असा आहे. दरसाल

८% ते ९% ची आर्थिक वाढ होण्यासाठी, भारताला साधारण कृषी, दुय्यम आणि तृतीय क्षेत्रात अनुक्रमे ४%, १०% आणि ११% ह्या दराने वाढ करावी लागेल. अशा परिस्थितीत, मोठ्या प्रमाणात कर्मचारी हे प्राथमिक क्षेत्रातून दुय्यम आणि तृतीय क्षेत्रात स्थलांतरित होऊ शकतात. ह्या स्थलांतरामुळे एक मोठी विभागणी प्रकर्षाने दिसून येइल. ह्याचे मूळ कारण म्हणजे उत्पादन आणि सेवा क्षेत्रात लागणारे कौशल्य, कृषी क्षेत्रापेक्षा बरेच वेगळे असते. ह्या कारणास्तव कृषी क्षेत्रातील रोजगार कमी होताना आढळून येत आहे. अशा परिस्थितीशी यशस्वीरित्या सामोरे जाण्यासाठी, कर्मचाऱ्यांना कौशल्य प्रशिक्षण देण्याची गरज आहे.

भारताच्या आर्थिक प्रगतीकरिता कृषी क्षेत्र व इतर क्षेत्रांमध्ये मोठ्या प्रमाणात दिसणारे स्थलांतर व बदल हे अपरिहार्य आहेत. ह्या क्षेत्रांना मात्र विविध आणि तज्ञ कौशल्ये आवश्यक असतात. क्षेत्र-स्थलांतरामुळे निर्माण झालेल्या ह्या विभागणीसाठी, कर्मचाऱ्यांना योग्य ते कौशल्य प्रशिक्षण देणे व उद्योगाच्या विविध गरजा पूर्ण करणे महत्त्वाचे आहे.

सुमारे ४५९ दशलक्ष कर्मचाऱ्यांपैकी सध्या केवळ ८% ते ९% कर्मचारी हे संघटित किंवा औपचारिक क्षेत्रात आढळतात. आश्चर्यजनक बाब म्हणजे, भारतात ५% हून कमी कर्मचाऱ्यांकडे औपचारिक कौशल्ये आहेत. दरसाल सुमारे १२ दशलक्ष माणसे ही कर्मचारी वर्गात सामील होणे अपेक्षित आहे. ह्या एकंदर भव्य चित्रामुळे, राष्ट्रापुढे असलेली ह्या आव्हानाची जबाबदारी व व्यापकता अधिक स्पष्ट होते.

या करिता मंत्रालयाने राष्ट्रीय कौशल्य विकास मिशन (National Skill Development Mission- NSDM) सुरू करण्याचा निर्णय घेतला असून हा निर्णय, भारताला कौशल्य विकास प्रयत्नांची अंमलबजावणी व वाढ करण्यास मदत करेल व भारताला सक्षम करेल.

२. कौशल्य विकास - वर्तमान स्थिती
(Skill Development - Current Scenario)

गेल्या काही वर्षात होणाऱ्या नवीन युगातील उद्योगाची प्रगती, भारताने पाहिली आहे. क्रयशक्ती किंवा खरेदी करण्याचे प्रमाण सध्या वाढल्याने, उत्तम सेवेची मागणीही त्याच बरोबर वाढलेली आढळते. परंतु, कुशल कर्मचाऱ्यांचा तुटवडा जाणवत असल्याने देशातील तरुण लोकसंख्येला योग्य ते कौशल्य शिक्षण देणे गरजेचे आहे. युनायटेड नेशन्सच्या (UNO) मते व २०१५ च्या आवर्तनानुसार, भारत हा पुढच्या १० वर्षाच्या आत जगातील सर्वात जास्त तरुण लोकसंख्या असलेले राष्ट्र बनणार आहे. २०२४/२५ पर्यंत भारताची लोकसंख्या साधारणपणे १.४ अब्ज असून, चीनला मागे टाकण्याची शक्यता आहे. पूर्वीच्या अंदाजानुसार, भारताची लोकसंख्या चीनला साधारण २०२८ मध्ये मागे टाकेल असे वर्तवण्यात आले होते.

दुर्दैवाने, भारत कौशल्य प्रशिक्षण प्रदान करण्यात इतर राष्ट्रांपेक्षा खूप मागे आहे. देशात फक्त १०% कर्मचाऱ्यांना कौशल्य प्रशिक्षण दिले जाते (२% औपचारिक आणि ८% अनौपचारिक प्रशिक्षण). ८०% कामगारांना कौशल्य प्रशिक्षणाच्या संधीचा लाभ असुनही मिळालेला नाही. देशातील कुशल कामगारांचा तुटवडा हा अप्रत्याक्षित मनुष्यबळामुळे जाणवतो. नोकरीसाठी अर्ज न करण्याची अनेक कारणे जगातील कर्मचारी देतात. उदाहरणार्थ: नोकरीचे स्थळ, अधिक

पगार अशी अनेक कारणे या मागे आहेत. भारताला सुद्धा ह्या परिस्थितीला सामोर जावे लागते. कौशल्य प्रशिक्षण न घेण्याची तरुणांची इच्छा, उमेदवारांमध्ये हार्ड स्किल्स (hard skills) आणि सॉफ्ट स्किल्सची (सॉफ्ट skills) कमतरता, त्यामुळे तरुणांकडे नोकरी नसणे, पुरेसा पगार न मिळणे- ह्या सगळ्या गोष्टी योग्य कर्मचारी न मिळण्याची प्रमुख कारणे आहेत.

भारतातील काम करणाऱ्या लोकसंख्येचे प्रमाण २००१ मधे साधारण ५८% असून, २०२१ पर्यंत ६४% इतकी अधिक वाढ त्यात झाल्याचे दिसून येते. ह्या संख्येत २०-३५ वयोगटांतील तरुणांची संख्या जास्त आहे. जागतिक स्तरावर होणाऱ्या बदलांना आणि आव्हानांना सामोर जाण्यासाठी, भारतातील कर्मचाऱ्यांना उचित शिक्षण व उत्तम कौशल्ये ह्यांचा अभ्यास करणे गरजेचे आहे.

भारतातील एकूण कर्मचाऱ्यांपैकी फार कमी प्रमाणात औपचारिक कौशल्य प्रशिक्षण घेतलेले कर्मचारी असून इतर राष्ट्रांमध्ये ह्या संख्येचे प्रमाण जास्त असल्याचे आढळते. यूके मध्ये जर्मनी, यूएसए (USA), जपान आणि साऊथ कोरिया मध्ये याचे प्रमाण सर्वधिक आहे. ह्या आव्हानाच्या एकंदरीत प्रमाणाविषयी जरी वाद चालू असले तरी निःसंशय हे प्रचंड मोठे आव्हान भारतापुढे आहे.

आव्हाने - कौशल्य विकास
(challenges - Skill Development in India)

जागतिक स्तरावरील उद्योगाच्या गरजा पूर्ण करण्यासाठी, कामगारांना सुसज्ज करण्यासाठी कौशल्य विकास तंत्र (Skill Development System) आणि त्याची व्यवस्था विकसित करण्याचे मोठे आव्हान

भारतासमोर असल्याने. कर्मचाऱ्यांना ४ स्तरांवर प्रशिक्षण देणे गरजेचे आहे. ह्यात 'व्हाइट कॉलर' नोकऱ्यांपासून ते 'ब्लू कॉलर' च्या नोकऱ्यांपर्यंत हे शिक्षण पोहोचवणे गरजेचे आहे.

भारताची कौशल्य विकासाची विशिष्ट रचना (Eco-system) ही अनेक कारणांमुळे प्रतिबंधित झाली आहे. जसे जागरूकता, आकलनशक्ती, खर्च, गुणवत्ता आणि प्रमाण अशा अनेक कारणांमुळे

आपल्या राष्ट्रातील कौशल्य विकास तंत्र किंवा व्यवस्था (Skill Development System) ग्रस्त असल्याचे आढळून येते.

अपुरे प्रमाण, मर्यादित क्षमता. (Inadequate scale, limited capacity)

सध्याची परिस्थिती लक्षात घेता, राष्ट्राची पायाभूत भौतिक व मानवी सुविधा, ह्या अपुऱ्या असल्याचे आढळते. त्यामुळे सध्या संस्थांमधे अधिक क्षमता निर्माण करणे आणि गावा - खेड्यांमध्ये पुरेशी पायाभूत सुविधा निर्माण करने गरजेचे आहे.

त्याचबरोबर, शिक्षक कर्मचाऱ्यांचा देखील तुटवडा जाणवत आहे. उदाहरणादाखल सध्याची ।T। ची प्रशिक्षणार्थी सामावून घेण्याची क्षमता १.७ दशलक्ष असली तरी त्यासाठी शिक्षकांची संख्या ही ८५,००० एवढी हवी (शिक्षक- विद्यार्थी २०:१ ह्या गुणोत्तरानुसार). परंतु सध्याची शिक्षकांची DGET प्रोग्राम अंतर्गत सामावून घेण्याची क्षमता फक्त १०००० पेक्षा कमी आहे, जी गरजेपेक्षा खूपच कमी आहे.

जागरूकता, मानसिकता व आकलन समस्या.
(Awareness, mindset and perception issues)

नोकरी मधील संधींबाबत व विविध अभ्यासक्रमांची माहिती नसल्याने, भारतात कौशल्य विकास खूप कमी असल्याचे जाणवते. कौशल्य प्रशिक्षणाला कायम दुय्यम स्तरावर बघितले जाते. वेगाने प्रगती करणाऱ्या जगात, "व्हाइट कॉलर" कामांना किंवा नोकऱ्यांना जास्तं प्राधान्य दिले गेल्याने अशा पद्धतीच्या कामांना साधारण उच्च पात्रता असलेल्या कर्मचाऱ्यांची गरज असते. ह्या कारणास्तव, कौशल्य विकास अभ्यासक्रमाला मर्यादित मान्यता आहे. त्याचबरोबर कौशल्य विकास हे क्षेत्र बरेच वेळेला "ब्लू कॉलर" नोकऱ्यांशी जोडले गेल्याने, ह्या क्षेत्राला कायम कमी प्रतिष्ठा असल्याचे किंवा कमी वेतन देण्यात येते असा समज असल्याने कौशल्य विकास व व्यावसायिक शिक्षण अभ्यासक्रमांमध्ये कमी नोंदणी झाल्याचे आढळुन येते.

बांधकाम क्षेत्राचे उदाहरण घेतले तर त्यामध्ये, कमी दर्जाच्या कौशल्याची गरज असलेले प्रचंड मनुष्यबळ लागते त्यामुळेच स्थानिक गरजा भागवण्याकरिता इतर राज्यातून आलेल्या विस्थापित मजुरांवर अवलंबून राहावे लागते.

खर्च. (Cost)

भारतामध्ये कौशल्य विकासाचे उपक्रम साधारणतः सरकारी निधी किंवा सार्वजनिक- खाजगी उपक्रमांवर अवलंबून आहेत. अधिक भांडवलाची आवश्यकता आणि गुंतवणुकीतून कमी परतावा ह्या कारणांमुळे कौशल्य विकास ह्या क्षेत्रात गुंतवणूकीचे प्रमाण कमी असल्याचे आढळते. तसेच जास्तीची फी आकारत असलेले कौशल्य

विकास उपक्रम येथे विद्यार्थ्यांचा एकंदरीत कमी कल असतो. अनेक बॅंका, कौशल्य विकासाच्या उपक्रमांना कर्ज देण्यास मनाई करतात कारण शिक्षणासाठी घेतलेले कर्ज हे उच्च जोखमीची उत्पादन म्हणून समजले जात असल्याने भविष्यातील रोजगाराच्या संदर्भात अनिश्चितता निर्माण झाल्याचे दिसून येते आहे.

गुणवत्ता. (Quality)

उद्योगाच्या गरजा आणि शिक्षण संस्थांमध्ये शिकवलेले कौशल्य विकासाचे धडे ह्या दोन्ही गोष्टीत विसंगती दिसून येते. त्यामुळे ही समस्या यशस्वीरित्या हाताळण्यासाठी प्रशिक्षणाच्या गुणवत्तेत सुधारणा करणे आवश्यक आहे.

तसेच समस्या सोडवन्याकरीता, पायाभूत सुविधा, प्रशिक्षक, अभ्यासक्रम व अध्यापनशास्त्र ह्या गोष्टी गुणवत्तेशी निगडित असने गरजेचे आहे. पायाभूत सुविधांबाबत, अनेक संस्थांकडे योग्य ती यंत्रणा नसल्याने, अनेक विद्यार्थ्यांना प्रात्यक्षिकाचा सराव करता येत नाही. अनेक वेळेला, अभ्यासक्रम देखील अप्रचलीत, अनावश्यक किंवा मानक नसलेला असतो. त्याचबरोबर, उद्योग क्षेत्राशी निगडित असलेल्या शिक्षकांबरोबर योग्य तो संवाद संस्थापित होत नसल्याने, विद्यार्थ्यांना ह्या प्रशिक्षणाचे धडे अप्रासंगिक ठरतात.

उच्च शिक्षित प्रशिक्षकांची कमतरता त्याचबरोबर,प्रशिक्षकांच्या कौशल्य विकासावर उचित प्रयत्न व परिश्रम न घेतल्याने, त्यांच्या गुणवत्तेवर परिणाम होतो. प्रशिक्षकांच्या विकासावर कमी लक्ष केंद्रित केल्याने, योग्य गुणवत्तेच्या प्रशिक्षकांचा तुटवडा जाणवल्याचे दिसून येत आहे.

प्रशिक्षणाच्या पायाभूत सुविधा व अध्यापनशास्त्रामध्ये उचित बदल आणि सुधारणा करणे, ह्यासाठी अधिक निधीची आवश्यकता भासते. ह्या कारणास्तव, आधुनिकीकरण व सुधारणा ह्यांच्या मार्गांमध्ये अडथळा दिसून येतो. भारतापुढे आता मानकीकरणाची प्रक्रिया ही आव्हानात्मक आहे. एकंदरीत उपलब्ध नोकऱ्यांमध्ये असंघटित गटाचे प्रमाण जास्ती असल्यामुळे नियोक्तांना व्यावसायिक मानके, कामाचे स्वरुप तसेच पात्रतेवर आधारित वेतन यासाठी उद्युक्त करणे अतिशय अवघड आहे.

गतिशीलता (Mobility)

भारतामध्ये, व्यावसायिक प्रशिक्षणापेक्षा शैक्षणिक पात्रतेला जास्त प्राधान्य दिले जाते. शैक्षणिक पात्रता ही उत्तम व्यावसायिक संधी, चांगले वेतन व उत्तम गुणवत्ता पूर्ण असलेले काम ह्या गोष्टींशी संबंधित असल्याचे मानले जाते. याव्यतिरिक्त, भारतामधील औपचारिक शिक्षण व व्यावसायिक शिक्षण ह्या दोघांमध्ये कमी गतिशीलता असते कारण व्यावसायिक शिक्षणाला फार प्राधान्य दिले जात नाही. अनेकदा, जो विद्यार्थी व्यावसायिक शिक्षणाच्या क्षेत्रात प्रवेश घेतो त्याला सहजासहजी, पात्रतेच्या नियमांमुळे, उच्च शिक्षा संस्थांमध्ये प्रवेश मिळू शकत नसल्याचे आढळून आलेले आहे. जास्तीत जास्त कर्मचारी हे अनौपचारिक किंवा असंघटित क्षेत्रात आहेत त्यामुळे असंघटित क्षेत्रामधील उपलब्ध कौशल्ये व त्याची मागणी ह्याचे प्रमाण ठरवणे अत्यंत अवघड आहे. त्याविरुद्ध, अनौपचारिक क्षेत्रातील नोकऱ्यांमधील वाढ औपचारिक क्षेत्रापेक्षा दुप्पट आहे.

राष्ट्रपुढे, कुशल तरुणांसाठी रोजगार निर्माण करण्याचे मोठे आव्हान आहे. उद्योजकतेमध्ये. भारतात दरवर्षी कमी प्रमाणात

स्थानिक उद्योजक आढळतात. ग्लोबल इनोव्हेशन इंडेक्स (Global Innovation Index) २०१४ मध्ये ८१४३ देशांपैकी, भारताचा ७६ वा क्रमांक आहे. भारतामधील उद्योजकतेला गती मिळणे, हे मोठ्या प्रमाणावर रोजगार निर्माण करण्यासाठी महत्त्वाचे आहे. सर्व अर्थव्यवस्थांची वाढ व समृद्धी ही उद्योजकतेवर आधारित आहे. उद्योजक स्वतःसाठी उत्पन्न व रोजगाराची साधने निर्माण करतात आणि त्याचबरोबर ते इतरांसाठी रोजगार, नवीन उत्पादन व सेवा देखील उपलब्ध करून देतात. यशस्वी उद्योजकतेसाठी आश्वासक व सहाय्यक वातावरण सध्या जगभरात विकसित होत आहे.

उत्कृष्ट उद्योजकीय वातावरणाचे ५ महत्त्वाचे भाग आहेत: पुरेसा निधी उपलब्ध होणे व तो वापरण्याची परवानगी असणे, उद्योजकीय संस्कृती, सहाय्यक नियामक आणि कर व्यवस्था, उद्योजकीय विचारांना समर्थन देणारी शैक्षणिक पद्धत आणि सरकारी किंवा सार्वजनिक, खाजगी व स्वयंसेवी क्षेत्रांना एकसमन्वित दृष्टीने जोडणे.

NSSO तपासणी (२००४-०५) नुसार, एकूण ४५९ दशलक्ष कर्मचाऱ्यांपैकी फक्त ६% कर्मचारी संघटित क्षेत्रात आहेत. जागतिक आर्थिक मंचानुसार (World Economic Forum), संघटित क्षेत्राद्वारे फक्त २५% भारतीय व्यावसायिक, हे रोजगारयोग्य मानले जातात. असंघटित क्षेत्रांना, संरक्षित कौशल्य विकास आणि प्रशिक्षण ह्यांना कुठल्याही प्रकाराची मदत किंवा समर्थन मिळत नाही. असंघटित क्षेत्रामध्ये कौशल्य निर्मिती ही कौटुंबिक वा प्रत्यक्ष प्रशिक्षणाद्वारे मुख्य कारागिरांच्या देखरेखीखाली होते. त्यामध्ये अधिकृत संस्थेद्वारे दिले जाणारे प्रशिक्षण व पदविका ह्यांचा समावेश नगण्य असतो वा नसतो.

भारतातील विविध राज्यांना लोकसंख्याशास्त्र व कौशल्य विकासाच्या संदर्भात असलेल्या अनेक आव्हानांना सामोरे जावे लागते. विविध राज्यांमध्ये, कौशल्य विकासाची गुणवत्ता अधिक सुधारण्यासाठी व सर्वोत्तम करण्यासाठी, राज्य कौशल्य विकास मिशनची (SSDM- State Skill Development Missions) क्षमता वाढवणे व त्याचे सबलीकरण करणे अत्यंत गरजेचे आहे. आज उपलब्ध असलेले विनामूल्य प्रशिक्षण ह्यांना गुणवत्ता आणि रोजगार क्षमतांसारख्या अनेक गोष्टींमुळे मर्यादा आहेत. विनामूल्य प्रशिक्षण मिळालेले विद्यार्थी ह्या शिक्षणाला फारसे महत्त्व देत नाहीत आणि ह्या क्षेत्रातील प्रशिक्षक हे विद्यार्थ्यांच्या संख्येवर भर देत असल्या कारणाने, गुणवत्ता राखण्यात कमी पडल्याचे दिसून येत आहे. म्हणूनच कौशल्य विकासासाठी तयार करण्यात आलेले राष्ट्रीय धोरण (National Policy on Skill Development २००९) ही संस्थात्मक पायाभूत सुविधा, आर्थिक मदत व त्यानुसार केलेली निगडित कार्यवाही ह्यांनी देशातील कौशल्य विकासाला बळ दिले आहे.

कौशल्य विकास हे क्षेत्र जरी बऱ्याच प्रमाणात लोकांपर्यंत पोहोचले असले तरीही गुणवत्ता ह्या गोष्टीकडे लक्ष देणे तितकेच महत्त्वाचे असल्यामुळे ५ वर्षानंतर, राष्ट्रीय कौशल्य विकास आणि उद्योजकता धोरण (National Policy on Skill Development २००९) ला नविन रुपात म्हणजेच राष्ट्रीय कौशल्य विकास आणि उद्योजकता धोरण (National Policy on Skill Development and Entrepreneurship २०१५) मध्ये रुपांतरीत करण्यात आले आहे.

३. संस्थात्मक यंत्रणा
(Institutional Mechanisms)

कौशल्य विकास मिशनची उद्दिष्टे कार्यान्वित करण्यासाठी केंद्रात राष्ट्रीय कौशल्य विकास मिशन (National Skill Development Mission) ची सुरवात करण्यात आलेली असून संस्थात्मक यंत्रणा ह्याची ३ स्तरांवर विभागणी करण्यात आली आहे. यामध्ये पहिल्या स्तरावर प्रशासकीय परिषद (Governing Council), कार्यकारी समिती व मिशनचे कार्यकारी ह्यांचा समावेश शाखेत आहे.

कौशल्य अभियानाचे ३ मुलभूत आधारस्तंभ

१. कौशल विकास आणि उद्योजकता विभाग (Skill Development enterprenurship)
   या विभागाच्या अंतर्गत ३ महत्वाच्या संस्था काम करत असतात

२. राष्ट्रीय कौशल्य विकास संस्था (National Skill Development Agency- NSDA),

३. राष्ट्रीय कौशल्य विकास महामंडळ (National Skill ३Development Corporation- NSDC) आणि

४. प्रशिक्षण महासंचालनालय (Directorate General of Training- DGT) ही या अभियानाचे प्रमुख विभाग आहेत.

कार्ये (Functions)

NSDA, NSDC आणि प्रशिक्षण महासंचालनालय (DGT) या कौशल्य विकास (Skill development) मंत्रालयाच्या चौकटीत कार्यरत असून मिशन संचालनालयाचे कार्यकारी शाखा म्हणून काम करतात.

- मिशनला तांत्रिक आणि संशोधन सहाय्य देण्यासाठी या सर्वोच्च संस्था म्हणून काम करण्यासाठी NSDA अंतर्गत राष्ट्रीय कौशल्य संशोधन विभाग (NSRD) देखील स्थापन करण्यात आला आहे. मंत्रालयासाठी विशिष्ट राजकीय किंवा आर्थिक समस्यांबाबत सल्ला आणि कल्पना देणारी ही तज्ञांची एक संस्था आहे. हे शैक्षणिक संशोधनाशी अंमलबजावणीला जोडण्यास देखील मदत करते.

- सर्व नियामक आणि कार्यकारी शाखांचे मंत्रालयातील मिशन संचालनालयाशी संबंध आहेत. मिशन अंतर्गत क्रियाकलापांचे समन्वय साधण्यासाठी कौशल्य विकास मंत्रालय (Ministry of Skill Development and Entrepreneurship) एकंदर सहाय्यक संस्था म्हणून काम करते.

- मिशन, उच्च प्राधान्य क्षेत्रामध्ये निवडक उप-मिशन देखील चालवते. उप-मिशन (Sub-missions) तयार करण्याचा अधिकार सरकारी परिषदेकडे (Governing Council) असतो.
  सध्यस्थितीत खालील क्षेत्रांमध्ये ७ उप -मिशन प्रस्तावित केल्या गेल्या आहेत:

- संस्थात्मक प्रशिक्षण (Institutional Training)

- पायाभूत सुविधा (Infrastructure)

- रूपांतरण (Convergence)

- प्रशिक्षक (Trainers)

- परदेशात रोजगार (Overseas Employment)

- शाश्वत उपजीविका (Sustainable Livelihoods)

- सार्वजनिक पायाभूत सुविधांचा लाभ उचलणे (Leveraging Public Infrastructure)

राष्ट्रीय कौशल्य विकास संस्था. (National Skill Development Agency)

राष्ट्रीय कौशल्य विकास संस्थेला (National Skill Development Agency- NSDA) ६ जून २०१३ रोजी अधिकृतपने घोषित करण्यात आले आहे. NSDA, ही कौशल्य विकास आणि उद्योजकता मंत्रालयाची (Ministry of Skill Development and Entrepreneurship) स्वतंत्र संस्था आहे. ही संस्था, सरकार आणि खाजगी क्षेत्रांना, कौशल्य विकासासाठी घेतलेल्या प्रयत्नांचे, समन्वय साधण्यास मदत करते त्याचबरोबर, ही संस्था कौशल्य विकासाच्या १२ व्या योजनेचे (12th plan) लक्ष्य साधण्यासाठी आणि सामाजिक, प्रादेशिक, लिंग आणि आर्थिक घटक ह्यांमधील भेद दूर करण्याचा प्रयत्न करते:

अ) विविध कौशल्य विकासाच्या कार्याद्वारे, उपेक्षित लोकांच्या समूहांना, म्हणजेच अनुसूचित जाती आणि जमाती (SC/ST), ओबीसी (OBC), महिला, भिन्न-अपंग ह्या सगव्यांना योग्य ते कौशल्य प्रशिक्षण देण्यासाठी NSDA द्वारे योग्य ती पाउले उचलणे. तसेच, केंद्रीय

मंत्रालय (Central Ministry) आणि NSDC त्यांच्या सोबत समता साधून योजना राबवन्याचे महत्वाचे कार्य करत असते.

राष्ट्रीय कौशल्य विकास संस्था (National Skill Development Agency- NSDA) हि राष्ट्रीय कौशल्य पात्रता आराखडा (National Skill Qualification Framework- NSQF) निश्चित करते व व्यावसायिक प्रमाणन संस्था स्थापन करते.

NSDA ची प्रमुख उद्दिष्टे: खालील प्रमाने आहेत.

- १२ व्या पंचवार्षिक योजनेत आणि त्यापुढील वर्षात, भाकित केल्यानुसार कौशल्य विकासाच्या दृष्टीने आखलेले लक्ष्य साध्य करण्यासाठी योग्यते उपाययोजना करणे.

- विविध केंद्रीय मंत्रालये, राज्य सरकार, NSDC आणि खाजगी विभाग यांच्यात कौशल्य विकासाच्या दृष्टिकोनात समन्वय साधणे.

- क्षेत्र- विशिष्ट गरजा पूर्ण करण्यासाठी, National Skill Qaulification Framework ला निश्चित व कार्यान्वित करणे.

- राज्य कौशल्य विकास मिशनासाठी (State Skill Development Mission) नोडल एजन्सीची (Nodal Agency) निर्मिती करणे.

- आंतर्राष्ट्रीय संस्थांतर्फे किंवा खाजगी क्षेत्रांतर्फे कौशल्य विकासासाठी अधिक निधी ची तरतुत करणे.

- विद्यमान कौशल्य विकास योजनांचा अभ्यास करणे व त्यात योग्य ते बदल करणे.

- लेबर मार्केट इन्फॉर्मेशन सिस्टीमच्या (LMIS) विकासासह कौशल्य विकासासंबंधित असलेली तपशीलवार माहिती (National Database) तयार करणे व राखणे.

- प्रसारासाठी निश्चित कार्य करणे.

- उपेक्षित लोकांच्या समूहांना, म्हणजेच अनुसूचित जाती (SC, ST), ओबीसी (OBC), महिला, भिन्न-अपंग ह्या सगव्यांना योग्य ते कौशल्य प्रशिक्षण उपलब्ध करुन देण्यास मदत करने .

➢ NSDA अंतर्गत राष्ट्रीय कौशल्य संशोधन विभाग (National Skills Research Division- NSRD)

NSRD ही NSDA अंतर्गत सर्वोच्च संस्था म्हणून काम करते व कौशल्य मिशनला तांत्रिक आणि संशोधन सहाय्य प्रदान करते. ही संस्था विशिष्ट राजकीय किंवा आर्थिक समस्यांवर सल्ला आणि कल्पना प्रदान करणाऱ्या तज्ञांची संस्था आहे. हे मिशनच्या अंमलबजावणीला शैक्षणिक संशोधनाशी जोडते. ह्यामुळे खाजगी क्षेत्रात कौशल्यासाठी वाव मिळेल व याचा फायदा अर्थतज्ञ/ नियोजन क्षेत्रातील जाणकारांना होतो. .

या विभागाच्या प्रमुखाची निवड उचित शोध समितीद्वारे (Search Committee) केली जाते ज्यामध्ये खालील व्यक्तींचा समावेश असतो.

- उपाध्यक्ष, नीती आयोग-अध्यक्ष.

- सचिव, मानव संसाधन विकास (Human Resource Development)

- सचिव, कौशल्य विकास आणि उद्योजकता.

- DG, NSDA (सदस्य सचिव) (MEMBER Secretary)

- मंत्रालयाने (Ministry) नियुक्त केलेले २ ख्यातनाम किंवा प्रतिष्ठित व्यक्ति.

➢ विभागाची (Division) महत्त्वाची कार्ये:कर्मचाऱ्यांची कौशल्ये त्यांच्या व्यवसायाशी किंवा नोकरीशी जुळत नसली की त्यात एक अंतर निर्माण होते. हे अंतर गुणात्मक व परिणामात्मक दृष्ट्या अभ्यासणे. त्याचबरोबर विद्यमान कौशल्य विकासाच्या कार्यक्रमांना आखणे आणि कर्मचाऱ्यांना नोकरी प्रदान केल्यावर त्याची नीट नोंद ठेवणे.

➢ **धोरण सल्लागार/इनपुट** (Policy advisory/ inputs)

NSRD ने एकत्रित केलेल्या संशोधनाचा उपयोग हा पुराव्यावर आधारित असलेले धोरण सल्ले (evidence based policy advisory) प्रदान करण्यासाठी व त्यानुसार मंत्रालयाला धोरण तयार करण्यासाठी व त्याची अंमलबजावणी करण्याच्या प्रक्रियेत सहाय्य करण्यासाठी केला जातो.

व्यावसायिक समर्थन/ करियरसाठीचे समर्थन:

खाजगी तथा शासकीय संस्था आणि कौशल्य विकास क्षेत्रातील भागधारक (जसे प्रशिक्षक, नियोक्ते, करियर/ व्यवसाय समुपदेशक, नोकरीसाठी शोधण्याच्या वेबसाईट) ह्यांचा विभागणीशी संबंध आहे. त्यामुळे कौशल्य विकासासाठी, ज्ञानावर आधारित असलेले नेटवर्क तयार होतो. हा विभाग (Division) ह्या पद्धतीचे हे नेटवर्क वापरून भारतीय नागरिकांना नोकरी मिळवण्यासाठीची मदत किंवा नोकरी संबंधित माहिती देन्याचे काम करते .

1. राष्ट्रीय कौशल्य विकास **महामंडळ** (National Skill Development Corporation-NSDC):

राष्ट्रीय कौशल्य विकास महामंडळ (NSDC) ही एक ना- नफा संस्था असून कंपनी कायद्याच्या कलम २५ खाली

अर्थ मंत्रालयाने स्थापन केली आहे. उत्तम व्यावसायिक संस्थांची स्थापना करूण, कौशल्य विकासाचे महत्त्व अनेक लोकांपर्यंत पोहोचवणे, हे उद्दीष्ट ह्या संस्थेने ठेवले आहे. ज्यासाठीची पायाभूत रक्कम ₹१० कोटी एवढी असून त्यापैकी सरकारचा वाटा ४९% तर खाजगी क्षेत्राचा वाटा ५१% आहे. NSDC, विश्वसनीय, फायदेशीर व्यावसायिक प्रशिक्षण उपक्रम तयार करण्यासाठी निधी पुरवते. गुणवत्ता हमी, माहिती प्रणाली आणि विद्यार्थ्यांना थेट किंवा भागीदारीद्वारे प्रशिक्षित करणे तसेच MIS सारख्या समर्थन प्रणालींचे व्यवस्थापन करणे हा त्याचा अधिकार आहे. अनेक उद्योग, कंपन्या आणि संस्था ज्या कौशल्य प्रशिक्षण प्रदान करतात, त्यांना NSDC निधी पुरवितो. खाजगी क्षेत्रातील उपक्रमांना सहाय्य करण्यासाठी, NSDC विविध योजना राबवतं.

NSDC ने आतापर्यंत ३५ च्या वर क्षेत्रांसाठी (sectors) उद्योग अहवाल तयार केले असून त्यामध्ये "कौशल्य- अंतर" (Skill gaps) आणि विविध राज्यातील ह्या "कौशल्य अंतर अहवालाचे" विश्लेषण केले आहे.

2. क्षेत्र कौशल्य परिषद (Sector Skill Council-SSC)

NSDC ने विविध उद्योगाच्या नेतृत्वाखाली स्वतंत्र संस्था म्हणून क्षेत्र कौशल्य परिषदाची (Sector Skill Councils) स्थापना केली आहे. ते व्यावसायिक मानके आणि पात्रता संस्था (Occupational Standards and Qualification bodies) तयार करतात, क्षमता वाढवण्यासाठीचा आराखडा तयार करने, "कौशल्य अंतर" (Skill gaps) नेमके काय आहे, ह्याचा अभ्यास करने आणि विकसित केलेल्या राष्ट्रीय व्यावसायिक मानकांशी संरेखित केलेल्या अभ्यासक्रमावर प्रशिक्षकांची योग्यता पारखने आणि प्रमाणित करने हे महत्वाचे कार्य करते.

RPL (Recognition of Prior Learning) वैयक्तिक अनुभवांमधून मिळणारे शिक्षण ह्याला औपचारिक मान्यता देण्याच्या प्रक्रियेचे वर्णन करते (शिक्षण जे सहसा रोजगार किंवा २४ ऐच्छिक कामाच्या परिस्थितीत प्राप्त केले जाते). उद्योग स्तरावर, क्षेत्र कौशल्य परिषदेला (Sector Skills Councils- SSC) परवाना देण्यात आला असून ह्यात सामाजिक भागीदार देखील गुंतलेले आहेत. SSCs ही त्यांच्या क्षेत्रासाठी, व्यावसायिक मानके तयार करण्यासाठी नौकरीतील क्षमता ओळखन्यासाठी आणि प्राप्त कौशल्य प्रमाणित करण्यासाठी एक राष्ट्रिय चौकट आहे. मानक उत्पादकता आणि नव विकास मंडळ हे मनुष्यबळ मंत्रालय यांनी नियुक्त केले आहे, जे पात्रतेच्या राष्ट्रीय सुधारणांमध्ये भर घालतात. प्रत्येक SSC ने क्षेत्र कौशल्य करार तयार करावा अशी सरकारची अपेक्षा आहे. ह्या करारामध्ये नियोक्ते आणि युनियन त्यांच्या क्षेत्रातील कौशल्ये आणि उत्पादकता यांच्या गरजा

ओळखून, त्या गरजा पूर्ण करण्यासाठी आवश्यक ती कृती करतात तसेच उपाय योजना तयार करतात.

3. उद्दीष्टे (Objectives of Sector Skill Councils)

उद्योग क्षेत्रासाठी, SSC विद्यमान व्यावसायिक शिक्षण प्रणाली (Vocational Education System) वाढवण्याचा आणि पूरक करण्याचा प्रयत्न करते. हे प्रमाण आणि गुणवत्तेच्या दृष्टीने योग्य प्रशिक्षित मनुष्यबळाच्या संपूर्ण मूल्य साखळीच्या (Value Chain) गरजा सर्व स्तरांवर शाश्वत आणि विकसित होत असलेल्या आधारावर पूर्ण करतात. त्यामुळे, यशस्वी होण्यासाठी प्रत्येक उद्योग क्षेत्रातील SSC ला ह्या क्षेत्रांमधील सर्व प्रमुख व्यक्तींचा पाठिंबा असतो.

या खालील उपक्रमांद्वारे, SSC ला सध्याच्या व्यावसायिक शिक्षण प्रणालीला पूरक बनवायचे आहे आणि त्याचबरोबर "कौशल्य-अंतर" (Skill gaps) दूर करायचे आहेत.

अ) संशोधन करणे.

ब) वितरण यंत्रणा सुधारणे.

क) गुणवत्ता हमी संशोधन तयार करणे.

अ) संशोधन (Research):

SSC च्या संशोधन विभागाचा (Research wing) उद्देश, कौशल्य विकास क्षेत्रातील उद्योग क्षेत्राचा ज्ञानाचा साठा असणे असा आहे.

उद्योगातील कौशल्य विकासाच्या विद्यमान गरजांवर संशोधन करणे, कुशल कर्मचाऱ्यांच्या पुरवठ्याचा आढावा घेणे, कर्मचाऱ्यांच्या

संख्येतील कमतरता आणि त्यांच्याकडे असलेल्या कौशल्यांची कमतरता ओळखणे, कल आणि भविष्यातील गरजा ओळखणे असे उद्देश्य आहे.

ब) वितरण यंत्रणा (Delivery Mechanism):

SSC ची वितरण यंत्रणा, (Delivery Mechanism) उद्योगातील प्रशिक्षण वितरण यंत्रणा अधिक दृढ आणि उद्योगाच्या गरजेनुसार योग्य बनविण्यावर भर असतो.

प्रशिक्षण वितरण प्रणाली सुधारणे, अभ्यासक्रम अधिक विकसित व अद्ययावत करणे आणि प्रशिक्षकांना, संस्थांना व उद्योग कर्मचाऱ्यांना योग्य प्रशिक्षण देणे.

क) गुणवत्ता हमी (Quality Assurance):

SSC च्या गुणवत्ता आश्वासन गटाची (Quality Assurance Group) मुख्य जबाबदारी म्हणजे कौशल्य विकास कार्यक्रमांच्या अंमलबजावणीचे मूल्यांकन करणे आणि प्रमाणपत्र प्रदान करणे हे आहे. त्याचबरोबर,उद्योगातील विविध प्रशिक्षण अभ्यासक्रमांनाही मान्यता देणे.

आजवर, NSDC ने ३७ क्षेत्र कौशल्य परिषद(Sector Skill Council) स्थापन करण्याच्या प्रस्तावांना मंजुरी दिली आहे.SSC च्या सरकारी परिषदेमध्ये (Governing Council) साधारण ४५० च्यावर कॉर्पोरेट प्रतिनिधी आहेत.

विविध विभाग / मंत्रालये यांचा सहभाग (Ministries / Departments involved in Skills Development)

केंद्र सरकारची सुमारे २० मंत्रालये ही कौशल्य विकास कार्यक्रमांना चालना देण्यासाठी गुंतलेली आहेत. हे प्रशिक्षण कार्यक्रम दोन प्रकारे विभागले जातात:

पहिले: मंत्रालयाचा सहभाग असलेल्या विशिष्ट क्षेत्राशी संबंधित प्रशिक्षण कार्यक्रम.

उदाहरणार्थ: कृषी मंत्रालय, वस्त्रोद्योग मंत्रालय, पर्यटन मंत्रालय इ. द्वारे प्रदान केलेले विशिष्ट क्षेत्रवार प्रशिक्षण कार्यक्रम.

दुसरे: शहरी किंवा ग्रामीण तरुणांना सामान्य कौशल्य प्रशिक्षण देणारी मंत्रालये.

उदाहरणार्थ: ग्रामीण विकास मंत्रालय, आदिवासी व्यवहार मंत्रालय, कौशल्य विकास आणि उद्योजकता मंत्रालय, सामाजिक न्याय आणि सक्षमीकरण मंत्रालय इ.

भारत सरकारच्या अनेक मंत्रालयांची स्वतःची कौशल्य प्रशिक्षण केंद्रे आहेत. कौशल्य विकास आणि उद्योजकता मंत्रालय (Ministry of Skill Development and Entrepreneurship) (पूर्वीचे कामगार आणि रोजगार मंत्रालय) अंतर्गत औद्योगिक प्रशिक्षण संस्था (Industrial Training Institutes- ITIs), कृषी मंत्रालयाच्या अंतर्गत कृषी विज्ञान केंद्रे (Krishi Vighyan Kendra- KVKs), लघु आणि मध्यम मंत्रालयाच्या (Ministry of Small and Medium Industries) टूल रूम्स (Tool rooms) हे त्यापैकी उल्लेखनीय आहेत.

इतर मंत्रालये जसे की मनुष्यबळ विकास मंत्रालय (Ministry of Human Resource Development), ग्रामीण विकास मंत्रालय (Ministry of Rural Development),इ. एकात्मिक किंवा नोंदणीकृत सार्वजनिक किंवा खाजगी कौशल्य प्रशिक्षण संस्थाद्वारे (Skill Training Providers- STP) कौशल्य प्रशिक्षण देण्याच कार्य करत आहेत.

खाजगी कौशल्य प्रशिक्षण संस्था (Private Skills Training Institutions)

यापूर्वी, ITIs (पूर्वी ITCs) आणि ना-नफा संस्थानी (NGOs) खाजगी क्षेत्रातील विशिष्ट व्यापार आणि गटांसाठी कमी प्रमाणात कौशल्य प्रशिक्षण दिले जात असे. असे प्रशिक्षण, औद्योगिक क्षेत्रात फारसे उपयुक्त ठरले नाही. त्यामुळे खासगी कंपन्यांनी ही संधी साधून प्रशिक्षण संस्था सुरू केल्या. उदाहरणार्थ: IT फील्डमधील राष्ट्रिय माहिती प्रोद्योगिक संस्था (National Institute of Information Technology -NIIT) आणि जेट किंग (Jet King) हे खाजगी क्षेत्रातील व्यावसायिक प्रशिक्षण प्रदात्यांची उत्तम उदाहरणे आहेत. राष्ट्रीय कौशल्य विकास महामंडळाच्या (National Skill Development Corporation) स्थापनेने, खाजगी प्रशिक्षण प्रदात्यांना प्रशिक्षण कार्यक्रमांच्या गुणवत्तेत वाढ करण्यास आणि विविध कार्य-क्षेत्रातील कामगारांच्या गरजा पूर्ण करण्यासाठी प्रेरित केले आहे. मागील वर्षामध्ये, NSDC ने ५०० पेक्षा जास्त खाजगी कौशल्य प्रशिक्षण संस्थाना मान्यता दिली आहे. तसेच,वाढत्या संधींसह, इतर अनेक संस्थांनी या शिक्षण क्षेत्रात प्रवेश केला आहे.

उद्योजकता विकास प्रोत्साहन एजन्सी.
(Entrepreneurship Development Promotion Agencies)

भारतातील जास्तीत जास्त कर्मचारी असंघटित क्षेत्रात कार्यरत असून काही लोक स्वतःच्या व्यवसायात आहेत. याशिवाय, देशात उद्योजकतेला प्रोत्साहन देणाऱ्या मोजक्याच संस्था आहेत. उद्योजकता विकास संस्था (EDI-Entrepreneurship Development Institute) अहमदाबाद, राष्ट्रीय उद्योजकता आणि लघु व्यवसाय विकास संस्था (NIESBUD-National Institute for Entrepreneurship and Small Business Development) नोएडा, भारतीय उद्योजकता संस्था (IIE-Indian Institute of entrepreneurship), गुवाहाटी यासारख्या काही संस्था आहेत. पण लक्षणीय संस्थांचे प्रमाण नगण्य आहे.

कौशल्य मूल्यांकन आणि प्रमाणन एजन्सी. (Skill Assessment and Certification Agencies)

भारतात जास्त प्रमाणात कर्मचारी, प्रामुख्याने अकुशल कामगार, अनौपचारिक क्षेत्रात गुंतलेले आहेत. विद्यार्थ्यांच्या वाढत्या मागणीमुळे आणि विशेषत: सार्वजनिक अनुदानीत कौशल्य विकास योजनांमध्ये (Public Funded Skill Development Schemes) तृतीय पक्ष प्रमाणपत्रासाठी (Third Party Certification) सरकारचा आग्रह असल्यामुळे परिस्थिती गेल्या काही वर्षात बदलत आहे. पण भारतात अशा अनेक खाजगी आणि सरकारी प्रशिक्षण संस्था आहेत ज्या स्वतःच्या प्रमाणपत्राने यशस्वी ठरल्या. खाजगी क्षेत्रातील एक उत्तम

उदाहरण म्हणजे NIIT, ज्याचे प्रशिक्षण आणि प्रमाणपत्रे विद्यार्थी तसेच उद्योग ह्या दोघांसाठीही महत्त्वाची आहेत. सरकारी क्षेत्रात, CIPET सारख्या प्रशिक्षण संस्था प्रशिक्षणाच्या विशिष्ट क्षेत्रात स्वतःचे प्रमाणपत्र देतात. तथापि, डिसेंबर २०१३ मध्ये राष्ट्रीय कौशल्य पात्रता आराखड्याच्या (NSQF) घोषणेसह, आराखड्याच्या पाचव्या वर्धापन दिनानंतर सर्व प्रशिक्षण/शैक्षणिक कार्यक्रम/अभ्यासक्रमांना NSQF अनुरूप असणे अनिवार्य करण्यात आलेला आहे. तसेच सर्व प्रशिक्षणार्थींना NSQF अंतर्गत अधिकृत एजन्सीमार्फत प्रमाणपत्रे दिली जावीत. खालील एजन्सी, इतरांबरोबरच, गैर-वैधानिक प्रमाणन संस्था म्हणून मंजूर केल्या आहेत:

i) व्यावसायिक प्रशिक्षणासाठी राष्ट्रीय परिषद (National Council for Vocational Training).

ii) व्यावसायिक प्रशिक्षणासाठी राज्य परिषद (State Council for Vocational Training).

iii) NSDC द्वारे स्थापित केलेली क्षेत्र कौशल्य परिषद (Sector Skill Councils).

4. राष्ट्रीय कौशल्य पात्रता आराखडा
(National Skills Qualification Framework)

कौशल्य विकासावरील राष्ट्रीय धोरण २००९ द्वारे, भारताने राष्ट्रीय पात्रता आराखड्याची (National Qualification Framework) आवश्यकता जाणली व या धोरणानुसार हा आराखडा, कौशल्य विकासातील विविध सुधारणांना यशस्वीपने समर्थन करत आहे. राष्ट्रीय स्तरावर स्वीकाराई आणि आंतरराष्ट्रीय स्तरावर तुलना करता येण्याजोग्या पात्रतेची स्थापना करणे सुलभ होईल अशी आशाही व्यक्त केली गेली. केंद्रीय स्तरावर संस्थेच्या अनुपस्थितीत, विविध मंत्रालयांनी या आराखड्याच्या विकासावर काम करण्यास सुरुवात केली.जी एकत्रित राष्ट्रीय पात्रता आराखड्यामध्ये (National Qualification Framework) समाविष्ट करण्यात आली. माजी कामगार आणि रोजगार मंत्रालयाने (Ministry of Labour and Employment) राष्ट्रीय व्यावसायिक पात्रता आराखडा विकसित केला आणि मनुष्यबळ विकास मंत्रालयाने (Ministry of Human Resource Development) राष्ट्रीय व्यावसायिक शैक्षणिक पात्रता आराखडा (NVEQF- National Vocational Educational Qualification Framework) विकसित केला.

कॅबिनेट सचिव मंडळाने (Cabinet Secretariat) एक आंतर-मंत्रालयीन समितीची (Inter-Ministerial Committee) स्थापना

केली, ज्याला एक एकीकृत आराखडा असण्याची गरज लक्षात आली. राष्ट्रीय कौशल्य पात्रता आराखड्याचा(National Skills Qualification Framework) पाया म्हणून दोन मंत्रालयांनी आधीच केलेल्या उल्लेखनीय कार्याच्या आधारावर हा आराखडा तयार करण्यात आला आहे. राष्ट्रीय कौशल्य विकास संस्थेच्या (National Skill Development Agency) स्थापनेसह, NSQF निश्चित व सुरू करण्याच्या सूचना एजन्सीकडे हस्तांतरित करण्यात आल्या आहेत. ही सूचना म्हणजे गुणवत्ता आणि मानक क्षेत्रांच्या गरजा पूर्ण करणे व त्याची खात्री करणे असा आहे.

राष्ट्रीय कौशल्य पात्रता आराखडा (National Skills Qualifications Framework) हा एकात्मिक शिक्षण आणि सक्षमतेवर आधारित कौशल्य आराखडा आहे. हा आराखडा व्यावसायिक शिक्षण, सामान्य शिक्षण आणि तांत्रिक शिक्षण यामध्ये अनेक मार्ग आणि पद्धती प्रदान करते. आराखड्यामध्ये एकूण १० स्तर आहेत. यामुळे सैद्धांतिक (Theoretical) क्षेत्रापासून शिक्षणाच्या व्यावहारिक क्षेत्रापर्यंत मुक्त संचार करता येईल. राष्ट्रीय कौशल्य पात्रता आराखडा, (National Skills Qualifications Framework-NSQF) ज्ञान, कौशल्ये आणि योग्यतेवर आधारित विशिष्ट पद्धतींनुसार लोकांची पात्रता ठरवतो म्हणून NSQF हा गुणवत्ता हमी पात्रता आराखडा आहे.

NSQF चे मुख्य घटक खालील गोष्टी प्रदान करतात:

१)   आंतरराष्ट्रीय समानतेशी जुळण्यासाठी कौशल्य प्रवीणता ओळखण्यासाठी राष्ट्रीय तत्त्वांची निर्मिती.

२) एकापेक्षा जास्त प्रवेश आणि निर्गमन बिंदू म्हणजेच व्यावसायिक शिक्षण, कौशल्य प्रशिक्षण, सामान्य शिक्षण, तांत्रिक शिक्षण आणि नोकरी क्षेत्रांमधील मुक्त हालचाल.

३) प्रगतीचे मार्ग, कौशल्य पात्रता आराखड्यामध्ये (Skill Qualification Framework) परिभाषित केले गेले आहेत.

४) आजीवन शिक्षण आणि कौशल्य विकासाला चालना देण्यासाठी संधी या मध्ये अधोरेखित केली आहेत.

५) उद्योग/नियोक्ता यांच्याशी भागीदारी किंवा सहयोग.

६) विविध क्षेत्रातील कौशल्य विकासासाठी पारदर्शक, जबाबदार आणि विश्वासार्ह यंत्रणा.

७) पूर्व शिक्षणाची मान्यता देण्याची क्षमता असणे.

पात्रता आराखड्याने (Qualification framework) शाळा, व्यावसायिक शिक्षण केंद्रे, प्रशिक्षण पुरवठेदार, उच्च शिक्षण संस्था, मान्यताप्राप्त उद्योग आणि त्याच्या प्रतिनिधी संस्था, युनियन, व्यावसायिक संघटना आणि परवाना प्राधिकरण यासारख्या विविध संस्थांसाठी उपयुक्त आणि फायदेशीर असा आराखडा तैयार करण्यात आलेला आहे.

NSQF ची उद्दिष्टे (Objectives of NSQF).

NSQF ची उद्दिष्टे खालीलप्रमाणे आहे:

१) भारतीय शिक्षण प्रणालीतील विविधता सामावून घेणे.

२) संपूर्ण देशात स्वीकारली जाईल असा योग्यतेचा संच प्रत्येक स्तरासाठी विकसित करण्यास अनुमती देणे.

३) प्रगतीशील मार्ग आणि पद्धतींचा विकास आणि संवर्धन करण्यासाठी योग्य रचना प्रदान करणे. ही रचना, पात्रतेमध्ये प्रवेश प्रदान करते आणि अनेक प्रशिक्षण क्षेत्रांमध्ये आणि श्रमिक बाजारपेठेतील लोकांची गतिशीलता देखील सक्षम करते.

४) व्यक्तींना प्रशिक्षण सत्रांद्वारे प्रगती करण्याचा आणि त्यांच्या पूर्वीच्या शिक्षणाची आणि अनुभवांची पोचपावती मिळवण्याचा पर्याय देते.

५) प्रशिक्षणासाठी राष्ट्रीय नियामक आणि गुणवत्ता हमी (National Regulatory and Quality Assurance Arrangements) व्यवस्थांना समर्थन देणे.

६) NSQF-अनुपालक पात्रता असलेल्या लोकांच्या राष्ट्रीय आणि आंतरराष्ट्रीय गतिशीलतेचे समर्थन करणे आणि भारतीय पात्रतेचे मूल्य आणि तुलनात्मकता वाढवते .

NSQF ही एक गुणवत्ता हमी आराखडा आहे - त्याबरोबर, NSQF क्रेडिट प्रदान करते व भारतीय शिक्षण प्रणालीमध्ये क्रेडिट हस्तांतरण आणि प्रगती मार्गांना देखील समर्थन देते. त्याचप्रमाणे, प्रशिक्षण घेत असलेल्या लोकांना मदत करण्याचा प्रयत्न करते व देशात प्रदान केलेल्या पात्रतांमधील तुलना करण्यासाठी तसेच ते एकमेकांशी कसे संबंधित आहेत हे समजून घेण्यासाठी सुद्धा मदत करते.

कौशल्य पात्रता आराखड्याची आवश्यकता (Need for Skills Qualification Framework).

भारतात, सामान्य शिक्षण आणि व्यावसायिक शिक्षण हे स्वतंत्रपणे कार्यरत असल्या कारणाने दोघांमध्ये फार कमी संवाद असल्याचे आढळते. ह्यामुळे, तरुणांमध्ये व्यावसायिक प्रशिक्षण घेण्यास संकोच निर्माण झाला आहे, कारण हे शिक्षण क्षेत्र त्यांना उच्च पात्रता घेण्यापासून रोखेल असा समज विद्यार्थ्यांमध्ये निर्माण झाला आहे.

व्यावसायिक आणि सामान्य शिक्षणामध्ये गतिशीलता आणि परस्परसंवाद सुलभ करण्यासाठी एक एकीकृत राष्ट्रीय पात्रता आराखडा (Unified National Qualification Framework) आवश्यक होता. भारताला पात्रता प्रक्रिया अधिक सोपी आणि पारदर्शक बनविण्यास राष्ट्रीय कौशल्य पात्रता आराखडा (NSQF-National Skill Qualification Framework) मदत करेल, अशी अपेक्षा असल्यामुळे खालील गोष्टींचा विचार करण्यात आला.

१) आत्तापर्यंत शिक्षण तसेच प्रशिक्षणाचा ध्येय बिंदू हा त्यात येणाऱ्या माहितीवर आधारित आहे. NSQF परिणाम-आधारित दृष्टिकोनावर (Outcome-based approach) आधारित आहे. NSQF मधील प्रत्येक स्तराचे वर्णन योग्यतेच्या पातळीनुसार केले आहे. व्यवसायाची भूमिका प्रत्येक क्षमतेच्या पातळीशी संबंधित आहे. संबंधित क्षेत्र कौशल्य परिषदेमार्फत (SSCs- Sector Skill Councils) उद्योगाच्या सहभागाने ठरवले जाते.

२) व्यावसायिक शिक्षण शिकण्याचे विविध मार्ग आणि पद्धती अस्पष्ट किवा बहुतेक वेळा योग्य नसल्याचे लक्षात येते.

त्याचप्रमाणे, परस्परसंवाद आणि गतिशीलतेसाठी कोणताही स्पष्ट मार्ग किंवा तरतूद नसल्या कारणाने, NSQF या विविध मार्गांनी आणि प्रगतीच्या पद्धतींमध्ये पारदर्शकता प्राप्त करण्याचा प्रयत्न करते. त्यामुळे विद्यार्थी, नियोक्ते आणि अनेक संस्थांना त्यांचे भविष्य ठरवण्यास मदत होते.

३) प्रत्येक संस्थेचा स्वतःचा अभ्यासक्रम, स्वतःचा कालावधी, स्वतंत्र प्रवेश पात्रता आणि शीर्षकासह वेगवेगळ्या पात्रतेशी संबंधित असलेल्या निकालांमध्ये सातत्य दिसून येत नाही.

यामुळे अनेकदा देशाच्या विविध भागांमध्ये प्रमाणपत्रे/ डिप्लोमा/ पदवीची समानता स्थापित करण्यात समस्या आणि अडथळे निर्माण होतात. विद्यार्थ्यांच्या रोजगारक्षमतेवर आणि गतिशीलतेवर याचा परिणाम होतो.

४) प्रशिक्षण सत्रे आणि पात्रता यांचा दर्जा आणि हा दर्जा सुधारून व्यावसायिक शिक्षणाकडे असलेला नकारात्मक दृष्टिकोन दूर केला जाऊ शकतो.

५) अनौपचारिक क्षेत्रात, अनेक कामगार आहेत ज्यांच्याकडे आवश्यक कौशल्ये असल्याचे समजते. परंतु त्यांच्या कौशल्याची पुष्टी करण्यासाठी आवश्यक औपचारिक प्रमाणपत्रे नसल्यामुळे मोठ्या प्रमाणात RPL चा (Recognition of Prior Learning) NSQF अधिकृत प्रमाणपत्रद्वारे सुलभ करते. ज्यांच्याकडे अनुभव आहे परन्तु प्रमाणपत्र नाही अशाकरिता RPL हा NSQF सलग्नित प्रमाणपत्र वापरून चालवला जातो.

६) NSQF भारतीय पात्रता, आंतरराष्ट्रीय पात्रतेशी संरेखित करण्यासाठी मदत करते.

७) क्रेडिट संकलन आणि हस्तांतरण प्रणाली १७ व्या NSQF मध्ये एकत्रित केली आहे. यामुळे लोकांच्या गरजा आणि सोयीनुसार विविध टप्प्यांवर शिक्षण, व्यावसायिक प्रशिक्षण आणि काम यांच्यातील गतिशीलता शक्य आहे.

NSQF ची कार्यप्रणाली (Working of NSQF)

राष्ट्रीय कौशल्य पात्रता आराखडा (NSQF) दहा स्तरांचा आहे. प्रत्येक स्तर त्या पातळीच्या समतुल्य क्षमतेचे प्रदर्शन करण्यासाठी आवश्यक असलेल्या समस्या, ज्ञान आणि स्वायत्ततेचे भिन्न स्तर दर्शवते. स्तर हे शिकण्याचे परिणाम म्हणून व्यक्त केलेल्या निकषांनुसार परिभाषित केले जातात. शिकण्याचे प्रमाण व्यक्तीच्या सापेक्ष शिकण्याच्या क्षमता दर्शवते. परंतु त्याचबरोबर हे महत्त्वाचे आहे की NSQF पातळी अभ्यासाच्या वर्षांच्या संख्येशी थेट संबंधित नाही. व्यावसायिक कौशल्य, मुख्य कौशल्य आणि जबाबदारी. ज्ञान प्राप्त करण्याच्या कालावधीत, व्यक्ती खालच्या स्तरावरून उच्च स्तरावर किंवा पात्रतेच्या स्तरावर प्रशिक्षण घेऊ शकतो.

प्रत्येक NSQF स्तराची व्याख्या शिकण्याचे परिणाम म्हणून व्यक्त केलेल्या वर्णनकर्त्यांच्या संचाद्वारे केली जाते. वर्णनकर्त्यांची पातळी शिक्षणाच्या परिणामांमधील व्यापक तुलना करण्यासाठी आखलेली आहे. तसेच, प्रत्येक पात्रतेमध्ये लेव्हल डिस्क्रिप्टर्समध्ये (Level descriptors) नमूद केलेली सर्व वैशिष्ट्ये असतील किंवा असावीत, असे नाही.

NSQF स्तरावरील प्रत्येक पात्रता पुढील संदर्भात परिभाषित केली जाऊ शकते: अभ्यासक्रम, अंतिम परिणाम साध्य करण्यासाठी विद्यार्थ्याला लागणारा आवश्यक कालावधी, विषय, कामाचा ताण, प्रशिक्षक गुणवत्ता आणि प्रशिक्षण संस्थेचा प्रकार. हे विद्यार्थ्याकडून काय अपेक्षित आहे हे सूचित करण्यात मदत करते. समान स्तरावर दोन किंवा अधिक पात्रतेचे स्थान दर्शविते की ते सामान्य पातळीच्या निकालाच्या दृष्टीने तुलना करण्यायोग्य आहेत. परंतु हे मात्र सूचित केले जात नाही की त्यांच्याकडे समान उद्देश किंवा सामग्री असणे आवश्यक आहे.

१) राष्ट्रीय व्यावसायिक मानके (National Occupational Standards- NOS)

NOS उच्च शिक्षण कार्यक्रमांमध्ये विद्यार्थ्यांच्या यशाचे सूचक परिभाषित करते.(measurable performance outcomes).

दिलेल्या कार्यात एखादी व्यक्ती काय आणि कशी कामगिरी करते याची यादी तयार करण्यात येते.

त्यामुळे ह्या महत्त्वाच्या गोष्टी, विविध प्रशिक्षण कार्यक्रम आणि HRM पद्धतींच्या श्रेणीसाठी मानके तयार करतात. या कार्याशी संबंधित सर्व NOS चे संयोजन त्या नोकरीच्या भूमिकेसाठी पात्रता पॅक (QP-Qualification Pack) तयार करते. NSQF च्या प्रत्येक स्तराशी संबंधित प्रत्येक नोकरीच्या भूमिकेसाठी NOS आणि QP, क्षेत्र कौशल्य परिषदाद्वारे (SSC-Sector Skill Councils) तयार केले जाते. जर दिलेल्या क्षेत्रासाठी SSC नसेल किंवा SSC दिलेल्या वेळेत NOS/QPs तयार करण्यात अपयशी ठरले तर राष्ट्रीय कौशल्य पात्रता समिती

(NSQC-National Skills Qualification Committee) ही जबाबदारी संबंधित नियामक संस्थेकडे, ज्यांना अशा क्षेत्राचा अनुभव आणि ज्ञान असलेल्या संस्थेकडे सोपवण्यात येते.

२) अभ्यासक्रम (Curriculum)

सक्षमतेवर आधारित अभ्यासक्रमात तपशीलवार अभ्यासक्रम, विद्यार्थ्यांचे मार्गदर्शनाचे पुस्तक, प्रशिक्षकांचे मार्गदर्शनाचे पुस्तक, प्रशिक्षकाची पात्रता, चाचणी मार्गदर्शक तत्त्वे, मल्टीमीडिया पॅकेजेस (multimedia packages) आणि ई-मटेरियल (e-material) यांचा समावेश असतो. हा अभ्यासक्रम प्रत्येक NSQF स्तरासाठी आणि SSC द्वारे ओळखल्या जाणाऱ्या विशिष्ट पात्रता पॅकसाठी (QPs-Qualification Pack) विकसित केला जातो. NSQF अभ्यासक्रम लवचिक असावा. ज्यामुळे क्षेत्रांमधील मुक्त हालचाल सुलभ होईल.

अभ्यासक्रमाची रचना क्रेडिट आराखड्याशी संरेखित केला जातो. हा आराखडा कमावलेले क्रेडिट पॉइंट आणि संपादन केलेली क्षमता दाखवते तसेच प्रशिक्षकांचे प्रशिक्षण हे संबधित NSQF शी संरेखित केले जाते.

३) उद्योग करार (Industry Engagement)

NSQF च्या यशासाठी उद्योग आणि त्याच्या नियोक्त्याचा सहभाग ही एक महत्त्वाची बाब आहे, कारण NSQF परिणाम-आधारित दृष्टिकोनावर अवलंबून आहे. व्यावसायिक प्रशिक्षण, सामान्य शिक्षण आणि कौशल्य विकास अभ्यासक्रमांची रचना, विकास, ह्या आधारावर विद्यार्थ्यांना प्रशिक्षण दिले जाते. त्यानंतर NSQF आणि SSC नुसार, उद्योग आणि नियोक्ते यांच्याशी सल्लामसलत करून विद्यार्थ्यांचे

मूल्यांकन प्रमाणित केले जाते. तसेच, उद्योग योग्य प्रशिक्षण संस्था प्रदान करण्याच्या दृष्टीने सहाय्य करतात.

४) क्षैतिज आणि अनुलंब गतिशीलता (Horizontal and Vertical Mobility)

क्षैतिज आणि अनुलंब गतिशीलता (Horizontal and Vertical mobility) येण्यासाठी, खालील गोष्टी आवश्यक आहेत:

i) सर्व स्तर एका विशिष्ट प्रक्रियेने एकमेकांशी जोडलेले आहेत. कोणत्याही उद्योग क्षेत्रातील किंवा शैक्षणिक क्षेत्रामध्ये ह्या प्रक्रियेतील काही विभाग जर नसला तर NSQF त्यांना या रिक्त जागा ओळखण्यात आणि शोधण्यात मदत करते..

ii) क्षैतिज गतिशीलतेची तीव्रता ही आवश्कतेनुसार NSQC (National Skill Qualification Council) ने ओळखून त्या प्रमाणे चालू पतपुरवठा तसेच त्याचे संक्रमण सोपे करण्यासमदत करते व त्यानुसार, NSQF ही नियामक संस्थांना (उदा. UGC, AICTE, NCVT, तांत्रिक आणि शालेय मंडळ इ.) त्यांच्या प्रत्येक प्रवेश आणि निर्गमन निकषांचा, क्षमतांच्या दृष्टीने प्रयत्न करते. या क्षमता, NSQF च्या स्तरावर विश्वासार्ह आहेत व त्यामुळे व्यावसायिक शिक्षणामध्ये अनुलंब प्रगती देखील जास्त चांगल्या पद्धतीने होते. आवश्यक असल्यास, या मार्गांनी प्रगती करत असलेल्या व्यक्तींना आरक्षण दिले जाऊ शकते. उदाहरणार्थ: ही प्रणाली व्यावसायिक उत्तीर्ण विद्यार्थ्यांना (इयत्ता 10वी, 12वी, ITIs आणि पॉलिटेक्निक) व्यावसायिक/तांत्रिक/सामान्य

शैक्षणिक अभ्यासक्रमांमधील उच्च शैक्षणिक कार्यक्रमांमध्ये प्रवेश करण्यास परवानगी देते. (पदवी स्तरावरील अभ्यासक्रमांचा समावेश आहे जसे की बॅचलर ऑफ व्होकेशनल स्टडीज जे विद्यापीठ अनुदान आयोगाने अधिसूचित केले आहे). विद्यार्थ्यांना इच्छा असल्यास त्यांना त्यांचे क्षेत्र बदलणे ही शक्य होते. यासाठी आत्मसात केलेली क्षमता आणि मिळालेले क्रेडिट ह्या गोष्टी महत्त्वाच्या आहेत. तसेच, कौशल्य असलेल्या विद्यार्थ्यांना विविध टप्प्यांवर व्यावसायिक शिक्षण, सामान्य आणि उच्च शिक्षण यांमध्ये प्रवेश मिळण्याचा पर्याय देखील असते.

५) आंतरराष्ट्रीय सुसंगतता (International Compatibility)

NSQF इतर देश आणि प्रदेशांसोबत भारतीय कौशल्य पात्रता स्तरांचे स्पष्टीकरण आणि संरेखन करण्यासाठी एक आराखडा प्रदान करतो. यामुळे भारतीय NSQF-संरेखित पात्रता धारकांना जगाच्या इतर भागांमध्ये काम करण्यास मदत होते. NSQF हे जगभरात विकसित होत असलेल्या विविध भौगोलिक प्रादेशिक आराखड्याचे साधन देखील आहे.

स्तर वर्णनकर्ता (Level descriptors)

NSQF चे प्रत्येक स्तर पाच परिणाम विधानांनी बनलेल्या वर्णनकर्त्यांच्या संचाशी संबंधित आहे. हे वर्णनकर्ते किमान ज्ञान (minimal knowledge), कौशल्ये आणि गुणविशेषांचे वर्णन करतात

जे त्या स्तरासाठी प्रमाणित होण्यासाठी शिकणाऱ्याला प्राप्त करणे आवश्यक आहे. NSQF च्या प्रत्येक स्तराचे वर्णन पाच विभागांमधील शिक्षण परिणामांच्या विधानाद्वारे केले जाते, ज्याला स्तर वर्णनकर्ता (level descriptors) म्हणून ओळखले गेले आहे.

हे पाच विभाग खालील प्रमाणे आहेत:

१) प्रक्रिया

२) व्यावसायिक ज्ञान

३) व्यावसायिक कौशल्य

४) मुख्य कौशल्य

५) जबाबदारी

या प्रत्येक विभागाचे थोडक्यात खाली वर्णन केले आहे:

१. **प्रक्रिया**: प्रक्रिया ही स्तराशी संबंधित इतर चार विभागांचा सारांश आहे.

२. **व्यावसायिक ज्ञान:** व्यावसायिक ज्ञान हे विषयाच्या संदर्भात शिकणाऱ्याला माहित असणे व समजणे गरजेचे आहे. त्याचे वर्णन- सखोलता, व्याप्ती, ज्ञानाचे प्रकार आणि जटिलतेच्या दृष्टीने केले आहे:

- ज्ञानाची सखोलता सर्वसाधारण किंवा विशेष असू शकते.

- ज्ञानाची व्याप्ती एका विषयापासून ते ज्ञानाच्या बहु-विषय क्षेत्रापर्यंत असू शकते.

- ज्ञानाचे प्रकार: वास्तविक ज्ञानापासून अमूर्त ज्ञानापर्यंत व विभागीय ज्ञानापासून संचयी ज्ञानापर्यंत.

- ज्ञानाची जटिलता म्हणजे ज्ञानाचे प्रकार, सखोलता आणि व्याप्ती यांचे एकीकरण.

३. **व्यावसायिक कौशल्य:** व्यावसायिक कौशल्ये ह्याचा अर्थ-शिकणाऱ्याला काय करता आले पाहिजे, असा आहे. हे विविध प्रकारच्या आणि कौशल्यांच्या जटिलतेच्या संदर्भात वर्णन केले आहे. खालील गोष्टी ह्यात समाविष्ट आहेत:

- संज्ञानात्मक आणि सर्जनशील कौशल्ये (Cognitive and creative skills) : यामध्ये अंतर्ज्ञान, तर्कशास्त्र आणि सखोल विचार यांचा समावेश आहे.

- संभाषण कौशल्ये (Communication skills): यामध्ये लेखी, तोंडी, साक्षरता आणि संख्या कौशल्ये यांचा समावेश होतो.

- परस्पर आणि सामान्य कौशल्ये (Interpersonal and generic skills).

४. **मुख्य कौशल्य:** मुख्य कौशल्ये म्हणजे मूलभूत कौशल्ये ज्यामध्ये कौशल्य आणि विशिष्ट कार्य करण्यासाठी वापरल्या जाणाऱ्या पद्धती, साहित्य आणि साधनांचा वापर समाविष्ट आहे. यामध्ये त्या स्तरासाठी आवश्यक माहिती तंत्रज्ञान

(Information Technology-IT) कौशल्ये देखील समाविष्ट आहेत.

५. **जबाबदारी:** जबाबदारीचे पैलू पुढील गोष्टी निर्धारित करतात:

अ) कार्यरत नातेसंबंधांचे स्वरूप.

ब) स्वतःच्या आणि इतरांच्या जबाबदारीचे स्तर.

क) बदल व्यवस्थापित करणे.

ड) कृतींसाठी जबाबदारी घेणे.

ठळक वैशिष्ट्ये प्रत्येक स्तरावरील शिक्षण परिणामांचे विस्तृत, सामान्य, परंतु अर्थपूर्ण, निर्देशक देतात. ही ठळक वैशिष्ट्ये वेगवेगळ्या प्रकारे खालील प्रमाणे वापरली जाऊ शकतात:

- शिक्षण कार्यक्रम आणि पात्रता ह्यासाठी विविध स्तर नियुक्त करण्यासाठी.

- विविध पात्रता आणि कार्यक्रम प्रमाणित आणि नियंत्रित करण्यासाठी.

- विद्यार्थ्यांशी संवाद साधण्यासाठी आधार म्हणून.

- प्रशिक्षण क्षेत्रातील आणि त्यामधील प्रगतीचा मागोवा घेण्यासाठी मार्गदर्शक म्हणून.

NSQF चे लेव्हल डिस्क्रिप्टर्स
(Level Descriptors of NSQF)

स्तर	आवश्यक प्रक्रिया	व्यावसायिक ज्ञान	व्यावसायिक कौशल्य	मुख्य कौशल्य	जबाबदारी
स्तर १	आधी सरावाची आवश्यकता नसल्याने, नियमितपणे पुनरावृत्ती होणारी प्रक्रिया पार पाडण्यासाठी योग्य व्यक्तींना तयार करणे.	सामान्य व्यापार शब्दावली, उपदेशात्मक शब्दांचे अर्थ आणि समज ह्यांच्याशी परिचित असणे.	नियमित आणि पुनरावृत्ती, सुरक्षा उपाय घेणे.	वाचन आणि लेखन, बेरीज, वजाबाकी आणि वैयक्तिक वित्तपुरवठा, सामाजिक आणि धार्मिक विविधतेची ओळख, स्वच्छता आणि पर्यावरण, लिखित आणि तोंडी संदेश प्राप्त करणे व प्रसारित करणे, मूलभूत गणित,वैयक्तिक वित्तपुरवठा आणि सामाजिक राजकीय परिस्थिती समजून घेणे.	कोणतीही जबाबदारी कायम सूचना किंवा कडक देखरेखीखाली काम करत नाही.

स्तर २	नियमितपणे पुनरावृत्ती होणारी, समजण्यास सोपी तसेच सरावाने पार पाडता येणारी प्रक्रियेसाठी योग्य व्यक्तींना तयार करणे.	साहित्य साधने आणि त्यांचा ऊपयोग, मर्यादित संदर्भात करणे व कामाचा आणि गुणवत्तेचा संदर्भ समजून घेणे.	मर्यादित सेवा कौशल्ये, मर्यादित संदर्भात वापरणे, साधनांची निवड व उचित वापर करणे.	वाचन आणि लेखन, बेरीज, वजाबाकी आणि वैयक्तिक वित्तपुरवठा, सामाजिक आणि धार्मिक विविधतेची ओळख, स्वच्छता आणि पर्यावरण, लिखित आणि तोंडी संदेश प्राप्त करणे व प्रसारित करणे, मूलभूत गणित, वैयक्तिक वित्तपुरवठा आणि सामाजिक राजकीय परिस्थिती समजून घेणे.	कोणतीही जबाबदारी, कायम सूचना किंवा कडक देखरेखीखाली काम करत नाही.
स्तर ३	एखादी व्यक्ती एखादे काम करू शकते जे	मूलभूत तथ्ये, प्रक्रिया आणि तत्त्वे रोजगाराच्या व्यापारात लागू असणे.	एकसमान कार्ये, चांगल्या आणि वाईट गुणवत्तेत फरक करणे, व्यावहारिक	किमान स्पष्टतेसह लिखित आणि मौखिक स्वरूपात संवाद, मूलभूत	सूक्ष्म निरीक्षणाखाली स्वतः करावयाची काही जबाबदारीची

	मर्यादित, नियमित तसेच निश्चित क्रियाकलापा द्वारे केले जाऊ शकेल.		कौशल्य आठवणे आणि प्रदर्शित करणे, थोड्या प्रमाणात पुनरावृत्तित होणे.	अंकगणित आणि बीजगणित तत्त्वांचे कौशल्य, वैयक्तिक बँकिंग, सामाजिक आणि नैसर्गिक वातावरणाची मूलभूत समज असणे.	कार्ये पण मर्यादित स्वरुपात.
स्तर ४	परिचित, अंदाज असलेल्या व नियमानुसार, स्पष्ट निवडीच्या परिस्थितीत काम करणे.	ज्ञानाच्या किंवा अभ्यासाच्या क्षेत्राचे वास्तविक ज्ञान असणे.	व्यावहारिक कौशल्ये आठवून ते योग्य रित्या प्रदर्शित करणे, थोड्या प्रमाणात पुनरावृत्तित होणे, योग्य नियम आणि साधने वापरणे, दर्जेदार संकल्पना वापरणे, मूलभूत पद्धती आणि	लिखित किंवा मौखिक स्वरूपात संवाद साधण्यासाठी भाषा, मूलभूत अंकगणित आणि बीजगणित तत्त्वांची कौशल्ये, सामाजिक राजकीय आणि नैसर्गिक वातावरणाची मूलभूत समज असणे.	स्वतःच्या कामाची आणि शिक्षणाची जबाबदारी.

		साधने निवडून आणि लागू करून कार्ये पूर्ण करण्यासाठी आणि समस्या सोडवण्यासाठी संज्ञानात्मक आणि व्यावहारिक कौशल्ये वापरणे.		
स्तर ५	नोकरी किंवा कार्यासाठी लागणारी उत्कृष्ट व विकसित असलेली कौशल्ये आणि उचित व योग्य संदर्भ असलेल्या प्रक्रियेची निवड करणे.	कार्य किंवा अभ्यासाच्या क्षेत्रात असलेली कृती, तत्त्वे, प्रक्रिया आणि सामान्य संकल्पना यांबद्दलचे ज्ञान.	व्यावहारिक कौशल्ये आठवून ते योग्य रित्या प्रदर्शित करणे, थोड्या प्रमाणात पुनरावृत्तित होणे, योग्य नियम आणि साधने वापरणे, दर्जेदार	इच्छित गणिती कौशल्ये, सामाजिक आणि राजकीय परिस्थिती समजून घेणे आणि माहिती व संपर्काचे संकलन आणि आयोजन करण्याचे कौशल्य असणे.	स्वतःच्या व काही प्रमाणात इतरांच्या कामाची आणि शिकण्याची जबाबदारी घेणे.

			संकल्पना वापरणे, मूलभूत पद्धती आणि साधने निवडून आणि लागू करून कार्ये पूर्ण करण्यासाठी आणि समस्या सोडवण्यासाठी संज्ञानात्मक आणि व्यावहारिक कौशल्ये वापरणे.		
स्तर ६	विशेष तांत्रिक कौशल्यांच्या विस्तृत श्रेणीची मागणी, ज्ञानाची स्पष्टता आणि प्रमाणीकृत व अप्रमाणित	कार्य किंवा अभ्यासाच्या क्षेत्रात विस्तृत संदर्भांमध्ये तथ्यात्मक आणि सैद्धांतिक ज्ञान.	कार्य किंवा अभ्यासाच्या क्षेत्रात असलेल्या समस्यांसाठी उपाय शोधण्यासाठी असलेल्या संज्ञानात्मक आणि	आकडेमोड, सामाजिक आणि राजकीय परिस्थिती समजून घेणे, डेटा संकलनात, माहिती आयोजित करणे आणि तार्किक संप्रेषण हे	स्वतःच्या व इतरांच्या कामाची आणि शिकण्याची पूर्ण जबाबदारी घेणे.

	पद्धतींचा समावेश असलेल्या क्रियाकलापांच्या विस्तृत श्रेणीतील सराव.		व्यावहारिक कौशल्यांची श्रेणी.	साधारण समाधानकारक पार पाडणे.	
स्तर ७	विशेष सैद्धांतिक आणि व्यावहारिक कौशल्यांच्या विस्तृत श्रेणीवर प्रभुत्व आवश्यक आहे, ज्यामध्ये परिवर्तनशील दिनचर्या आणि गैर-नियमित संदर्भ समाविष्ट आहेत.	कार्य किंवा अभ्यासाच्या क्षेत्रात विस्तृत संदर्भांमध्ये तथ्यात्मक आणि सैद्धांतिक ज्ञान.	कार्य किंवा अभ्यासाच्या क्षेत्रात असलेल्या समस्यांसाठी उपाय शोधण्यासाठी असलेल्या संज्ञानात्मक आणि व्यावहारिक कौशल्यांची श्रेणी.	योग्य तार्किक व गणिती जबाबदारी, सामाजिक, राजकीय व नैसर्गिक प्रगती समजून घेणे, माहिती गोळा करणे व त्याची वर्गवारी करणे, संपादक तसेच सादरीकरणात कौशल्य, अनियमित बदल असलेल्या कामाच्या संदर्भात देखरेख व स्वयं विकास तसेच दुसऱ्याच्या विकासाबद्दल जबाबदारी असणे.	
स्तर ८	समस्यांचे निराकरण करण्यासाठी सर्जनशील उपाय विकसित करून सर्वसमावेशक, संज्ञानात्मक, सैद्धांतिक ज्ञान आणि व्यावहारिक			अनिश्चित अभ्यास/कामाच्या परिस्थितींचा समावेश असलेल्या	

	कौशल्ये वापरणे.स्व-अभ्यास करण्यासाठी, बौद्धिक स्वातंत्र्य, विश्लेषणात्मक कठोरता आणि उत्तम संवाद प्रदर्शित करणे.	जटिल तांत्रिक क्रियाकलापांमध्ये निर्णय घेण्यास जबाबदार असणे.
स्तर ९	प्रगत ज्ञान आणि कौशल्य, एखाद्या विषयाबद्दलचे सखोल ज्ञान, प्रभुत्व आणि नावीन्य प्रदर्शिणे, संशोधन आणि प्रबंध पूर्ण करणे.	अनिश्चित अभ्यास/कामाच्या परिस्थितींचा समावेश असलेल्या जटिल तांत्रिक क्रियाकलापांमध्ये निर्णय घेण्यास जबाबदार असणे.
स्तर १०	संशोधन आणि शिष्यवृत्तीद्वारे ज्ञानामध्ये योगदान देण्यासाठी उच्च विशिष्ट ज्ञान आणि समस्या सोडवण्याची कौशल्ये.	अनिश्चित अभ्यास/कामाच्या परिस्थितींचा समावेश असलेल्या जटिल तांत्रिक क्रियाकलापांमध्ये निर्णय घेण्यास जबाबदार असणे.

NSQF साठी अंमलबजावणीचे वेळापत्रक (Implementation schedule for NSQF)

NSQF ला २७ डिसेंबर २०१३ रोजी अधिसूचित करण्यात आले. सहज संक्रमण सुनिश्चित करण्यासाठी व NSQF सादर करण्यासाठी वेळापत्रकाची अंमलबजावणी खालीलप्रमाणे करण्यात आलेली आहे:

i) NSQF च्या अधिसूचनेनंतर,

- राष्ट्रीय व्यावसायिक शैक्षणिक पात्रता आराखडा

- (National Vocational Educational Qualification Framework- NVEQF) आणि मनुष्यबळ विकास मंत्रालयाशी (Ministry of Human Resource Development)

- संबंधित इतर सर्व आराखडे बाद करण्यात आलेले असून आता त्यांची जागा NSQF घेतली आहे.

- NSQF अनुपालन प्रशिक्षण/शैक्षणिक कार्यक्रम/अभ्यासक्रम प्राधान्याच्या आधारावर, सरकारी निधी प्राप्त करण्यास पात्र असतात.

ii) NSQF च्या अधिसूचनेच्या तिसऱ्या वर्धापन दिनानंतर:

- NSQF अनुरूप नसलेल्या कोणत्याही प्रशिक्षण/शैक्षणिक कार्यक्रम/अभ्यासक्रमासाठी सरकारी निधी उपलब्ध केला जात नाही.

- सरकारकडून मिळालेल्या निधीच्या आधारावर असलेल्या प्रशिक्षण आणि शैक्षणिक संस्था, NSQF च्या स्तरांनुसार विविध अभ्यासक्रमांच्या प्रवेशासाठी पात्रता निकष सादर करतात.

- NSQF स्तरांच्या दृष्टीने सर्व पदांसाठी पात्रता निकष ठरवण्यासाठी राज्य सरकारला त्यांच्या भरती नियमांमध्ये तसेच त्यांच्या सार्वजनिक क्षेत्रातील उपक्रमांमध्ये सुधारणा करण्यास मदत झाली आहे.

iii) NSQF च्या अधिसूचनेच्या पाचव्या वर्धापन दिनानंतर,

अ) सर्व प्रशिक्षण/शैक्षणिक कार्यक्रम/अभ्यासक्रमांना NSQF-अनुरूप असणे अनिवार्य करण्यात आलेले असुन.

सर्व प्रशिक्षण आणि शैक्षणिक संस्था NSQF स्तरांनुसार विविध अभ्यासक्रमांच्या प्रवेशासाठी पात्रता निकष सादर करतात.

पात्रता आराखडा आंतरराष्ट्रीय अनुभव (International Experience with Qualification Frameworks).

पुरवठा आधारित शिक्षणाकडून (Input based education) परिणाम आधारित शिक्षणाकडे (output based education) संक्रमण होत आहे. परिणाम-आधारित शिक्षण ही एक व्यापकपणे वापरली जाणारी संज्ञा आहे. परिणाम-आधारित शिक्षणाकडे वळणे अनेक कारणांसाठी महत्त्वाचे आहे:

अ) हे प्रदात्यांकडून शिक्षण आणि प्रशिक्षण वापरकर्त्यांकडे लक्ष केंद्रित करते.

ब) विद्यार्थ्यांना त्यांची कर्तव्ये स्पष्ट करून देते व विशिष्ट अभ्यासक्रमात काय प्रदान करण्यात येईल आणि ते इतर अभ्यासक्रमांशी कसे जोडलेले आहे हे पाहण्यास विद्यार्थी मग सक्षम असतात.

क) शिकणारे आणि नियोक्ते यांच्या फायद्यासाठी, ते पारदर्शकता वाढवते आणि पात्रतेची जबाबदारी मजबूत करते.

जगातील बहुसंख्य औद्योगिक आणि प्रगतीशील देश त्यांच्या पात्रता सुधारत आहेत. त्याचबरोबर, ते या पात्रता एकमेकांशी संबंधित करण्यासाठी, समाज आणि कामगारांची उपलब्धता या नवीन मागण्या सूचित करण्यासाठी आराखडा विकसित करत आहेत. या प्रणालींचा विकास अनेकदा उच्च शिक्षण, तांत्रिक आणि व्यावसायिक शिक्षण आणि प्रशिक्षण (TVET- Technical and Vocational Education and Training) आणि आजीवन शिक्षणातील बदलांशी जोडलेला आहे.

जगभरात, अनेक देश पात्रता आराखडा (Qualification framework) सादर करण्याच्या प्रक्रियेत आहेत. जरी सर्व आराखड्याची सैद्धांतिक तत्त्वे मोठ्या प्रमाणात सारखीच असली तरी आराखडा मांडण्याचे उद्दिष्टे वेगळी आहेत. शैक्षणिक कार्यक्रमांची प्रासंगिकता व लवचिकता वाढवणे, आधी घेतलेल्या शिक्षणाची मान्यता सुलभ करणे, विद्यार्थ्यांचे आजीवन शिक्षण वाढवणे, पात्रता प्रणालीची पारदर्शकता सुधारणे, अधिक क्रेडिट मिळविण्याच्या संधी निर्माण करणे आणि हस्तांतरण करणे किंवा गुणवत्ता हमी प्रणाली विकसित करणे यावर भर दिला जात असला तरीही, सरकार सुधारणांसाठी एक महत्त्वाचे धोरण साधन म्हणून ."पात्रता आराखडयाकडे़ आहेत". आंतरराष्ट्रीय संस्थांनी पात्रता आराखडयाच्या अम्मलबजावणीला पाठिंबा दिला आहे. पात्रता आराखडयाच्या क्षेत्रामधे आंतरराष्ट्रीय एजन्सी पेक्षा बरीच क्रियाकलाप वाढत आहेत.

आंतरराष्ट्रीय संस्था जसे की आर्थिक सहकार्य आणि विकास संघटना (Organisation for Economic Cooperation and Development- OECD), आंतरराष्ट्रीय कामगार कार्यालय (International Labour Office-ILO), जागतिक बँक (World Bank-WB) आणि युरोपियन युनियन (European Union -EU).

पात्रता आराखडयाच्या क्षेत्रामधे आंतरराष्ट्रीय एजन्सी पेक्षा बरीच क्रियाकलाप वाढत आहेत.

अ) ऑस्ट्रेलिया

ऑस्ट्रेलियन क्वालिफिकेशन फ्रेमवर्क (AQF) ही ऑस्ट्रेलियातील शाळा, व्यावसायिक शिक्षण आणि प्रशिक्षण (Vocational

Education and Training- VET) आणि उच्च शिक्षण क्षेत्रातील पात्रतेची गुणवत्ता सुनिश्चित केलेली राष्ट्रीय चौकट किंवा आराखडा आहे. AQF मध्ये खालील गोष्टींचा समावेश आहे:

- वरिष्ठ माध्यमिक शाळा, व्यावसायिक शिक्षण प्रशिक्षण आणि उच्च शैक्षणिक क्षेत्रांमध्ये जारी केलेले सध्याच्या राष्ट्रीय मार्गदर्शक तत्त्वे.

- धोरणे आणि मार्गदर्शक तत्त्वे व त्याचे स्पष्टीकरण, क्रेडिट हस्तांतरण आणि आधी घेतलेल्या शिक्षणाची मान्यता.

- पात्रता जारी करण्यासाठी अधिकृत संस्थांची नोंदणी.

- पात्रता जारी करण्यासाठी मार्गदर्शक तत्त्वे.

- AQF च्या अंमलबजावणीवर लक्ष ठेवण्यासाठी आणि बदलाची शिफारस करण्यासाठी एक योग्य प्रशासन संरचना.

AQF ची काही प्रमुख वैशिष्ट्ये अशा प्रकारे आहेत:

- आधी घेतलेल्या शिक्षणाची मान्यता.

- विविध अभ्यासक्रमांमध्ये मुक्त हालचाली सक्षम करण्यासाठीचे मार्ग.

- पतपुरवठा.

ब) जर्मनी.

Vocational Education And Training जर्मनीतील शैक्षणिक व्यवस्थेचा आधारस्तंभ म्हणून ओळखला जातो. तरुण लोकसंख्येपैकी दोन तृतीयांश लोक दुहेरी प्रणालीमध्ये व्यावसायिक प्रशिक्षण घेतात. हे

प्रशिक्षण जवळपास दोन ते साडेतीन वर्षे चालते जे एखाद्याच्या व्यवसायावर अवलंबून असते. याला 'दुहेरी प्रणाली' असे म्हणतात कारण प्रशिक्षण दोन ठिकाणी होते: प्रथम, कामाच्या ठिकाणी आणि दुसरे, व्यावसायिक शाळेत. दुहेरी प्रणालीतील प्रशिक्षणाचा मुख्य उद्देश मूलभूत ते प्रगत स्तरापर्यंत प्रशिक्षण देणे आणि कुशल व्यवसायात आवश्यक कौशल्ये आणि ज्ञान प्रदान करणे. जे प्रशिक्षण पूर्ण करतात, त्यांना सुमारे ३५५ मान्यताप्राप्त व्यवसायांपैकी, कुठल्याही एका व्यवसायामध्ये कौशल्याशी निगडित असलेले काम करण्याची संधी दिली जाते. यासाठी एकच महत्त्वाची गोष्ट म्हणजे, विद्यार्थ्याने व्यावसायिक प्रशिक्षण सुरू करण्यापूर्वी शालेय शिक्षण पूर्ण केलेले असावे. जर्मन प्रणालीसाठी मुख्य यशाचा घटक म्हणजे विद्यार्थ्यांच्या प्रशिक्षणावर लक्ष केंद्रित करणे.

क) युनायटेड किंगडम.(U.K)

राष्ट्रीय व्याावसायिक पात्रता, (National Vocational Qualifications- NVQs) ही पात्रता लवचिक परंतु कठोर असुन राष्ट्रीय स्तरावर मान्यताप्राप्त बनवण्याच्या अनुषंगाने तयार करण्यात आली. NVQs देखील 'मॉडर्न अप्रेंटिसशिप्स' चा एक भाग आहेत. त्यांना कामावर आधारित असलेल्या शिक्षणासाठी निधी दिला जातो. निधी व्यावसायिक क्षेत्रांमध्ये आणि वयोगटानुसार देखील बदलतो. राष्ट्रीय आराखड्यामध्ये सामान्य, माध्यमिक, तृतीयक शिक्षण, Vocational Education And Training , कार्यावर आधारित शिक्षण आणि पूर्व शिक्षण समाविष्ट आहेत.

ड) सिंगापूर.

राष्ट्रीय कौशल्य ओळख प्रणाली (National Skills Recognition System- NSRS) ही सिंगापूरची, कामगिरीशी संबंधित मानके प्रस्थापित करण्यासाठी, नोकरीतील क्षमता ओळखण्यासाठी आणि प्राप्त कौशल्ये प्रमाणित करण्यासाठीची राष्ट्रीय चौकट .असुन मानक, उत्पादकता आणि नवोन्मेष मंडळ यांची मनुष्यबळ मंत्रालय आणि व्यापार आणि उद्योग मंत्रालयाच्या (Ministry of Trade and Industry) मदतीने अंमलबजावणी केली जाते. ह्यामुळे, उद्योगाला सल्लागार आणि मूल्यांकनकर्त्यांना किंवा प्रशिक्षकांना, प्रशिक्षण देण्यात मदत होत आहे. प्रस्थापित कौशल्य-मानकांसाठी व्यवसायांतर्गत प्रशिक्षणाचा (On Job Training -OJT) आराखडा (Blueprint) विकसित करण्यातही याने मदत केली आहे. कामगारांचे मूल्यांकन करण्यासाठी विविध मूल्यांकन केंद्रे स्थापन करण्यात आली आहेत. ह्या मूल्यांकन केंद्रांवर,कामगारांना कामाच्या ठिकाणी किंवा दोन्ही ठिकाणी प्रमाणित केले जाऊ शकते. उद्योगांसाठी १) National Sports Repository System ला अंमलबजावणी आराखड्याला पाठिंबा देतात. २) प्रोत्साहनात्मक क्रियाकलाप आणि आर्थिक प्रोत्साहन देतात.

NSRS चा प्रचार केला जातो राष्ट्रीय, उद्योग, कंपनी आणि कर्मचारी, नियोक्ता गट, उद्योग संघटना, आर्थिक संस्था आणि युनियन यांच्या सहकार्यानि.

५. कौशल्य विकासातील सामान्य नियम. (Common Norms in Skill Development)

विविध केंद्रीय मंत्रालये/विभागांद्वारे, कौशल्य विकास योजनांच्या अंमलबजावणीमध्ये समानता आणि मानकीकरण आणण्यासाठी,भारत सरकारने सामान्य नियम अद्ययावत व योग्य पद्धतीने सुधारण्यासाठी सर्वोच्च संस्था म्हणून सामायिक नियम समितीच्या (Common Norms Committee) स्थापनेला मान्यता दिली आहे.

सामायिक नियम समितीच्या (Common Norms Committee) अटी खालील प्रमाणे आहेत:

१. विविध कौशल्य विकास योजनांच्या कामकाजात समन्वय साधणे आणि त्यांच्यामध्ये सातत्य आणि मानकीकरण करणे.

२. कौशल्य विकास कार्यक्रमाच्या प्रशिक्षणासाठी आवश्यक असलेल्या खर्चाची उजळणी आणि नोंद करणे.

३. कौशल्य विकास कार्यक्रमांच्या निधीशी संबंधित मानदंड किंवा नियमांचे पुनरावलोकन करणे.

४. प्रशिक्षण खर्चासाठी अभ्यासक्रम/व्यापारांचे वर्गीकरण करने व सुधारणे.

५. एजन्सी नियुक्त करणे आणि एजन्सीद्वारे राष्ट्रीय स्तरावर प्रशिक्षण प्रदाते/निर्धारकांच्या नियुक्तीच्या प्रक्रियेस मान्यता

देणे. तसेच, राज्य सरकारांद्वारे स्वीकारल्या जाणाऱ्या प्रक्रियेचे प्रमाणीकरण करणे.

सामायिक नियम समितीला (Common Norms Committee) खालीलप्रमाने सुधारणा करण्याचा अधिकार आहे उदा.

i) खर्चाचे वेळापत्रक

ii) ठरवलेल्या किंमतीच्या श्रेणीनुसार व्यापारांची यादी.

iii) निवासी प्रशिक्षण खर्चासाठी भारतीय शहरांचे विभाजन.

iv) निधी प्रवाह यंत्रणा.

१. कौशल्य विकास (SKILL DEVELOPMENT).

सामान्य कौशल्य विकास (कोणत्याही सरकारी योजनांच्या उद्देशाने) कोणत्याही कौशल्य प्रशिक्षण क्रियाकलाप म्हणून परिभाषित केले जाते ज्यामुळे रोजगार मिळतो आणि जे एखाद्या सहभागीला कौशल्य प्राप्त करण्यास सक्षम करते, ज्याचे योग्य मूल्यांकन केले जाते आणि स्वतंत्र तृतीय पक्ष एजन्सी/ संस्थेद्वारे प्रमाणित केले जाते. हे आत्मसात केलेले कौशल्य, नंतर त्याला/तिला नौकरी किंवा स्वयं-रोजगार मिळविण्यास सक्षम करते. तसेच, पूर्वी आत्मसात केलेल्या अनौपचारिक कौशल्यांसाठी औपचारिक प्रमाणपत्र सुद्धा प्रदान केले जाते, जे त्यांना अनौपचारिक क्षेत्रातून औपचारिक क्षेत्रातील नोकऱ्यांकडे जाण्यास किंवा उच्च शिक्षण/प्रशिक्षण घेण्यास मदत करते.

हे खालील श्रेणींमध्ये येईल:

- नवीन प्रवेश करणाऱ्यांसाठी, प्रशिक्षण कालावधी किमान २०० तासांचा असेल ज्यामध्ये व्यावसायिक, व्यावहारिक प्रशिक्षण किंवा नोकरीवरील प्रशिक्षण समाविष्ट आहे.

- अगोदरच एखाद्या व्यवसायात गुंतलेल्या व्यक्तीचे कौशल्य सुधारण्याच्या बाबतीत व्यावहारिक प्रशिक्षण किंवा नोकरीवर आधारित प्रशिक्षणासह किमान ८० तासांच्या प्रशिक्षणाचे, प्रशिक्षण कार्यक्रम प्रदान केले जातात.

- कोणत्याही व्यावसायिक व्यापारामध्ये अनौपचारिक पद्धतीने कौशल्य संपादन केलेल्या व्यक्तींच्या बाबतीत, व्यक्तीने "ब्रिज कोर्स" पूर्ण केल्यानंतर त्या कौशल्याची औपचारिक ओळख आणि प्रमाणपत्र प्रदान केले जातात.

कृषी क्षेत्र, सार्वजनिक आरोग्य क्षेत्र इत्यादींमध्ये चालवलेले काम कौशल्य विकासापेक्षा वेगळे क्रियाकलाप म्हणून नोंदवले जाते.

उद्दिष्टे (Objectives):
कौशल्य विकासासाठी एक उत्तम आराखडा तयार करणे

कौशल्य विकासासाठी एक उत्तम आराखडा तयार करून हा आराखडा, पुढे अनेक शिक्षण-संधी कमर्चार्यांना उपलब्ध करून देण्यास मदत करील. शालेय अभ्यासक्रमात कौशल्य प्रशिक्षणाचा समावेश असणे, दीर्घ व अल्पकालीन कौशल्य प्रशिक्षणाची संधी उपलब्ध करणे, रोजगार उपलब्ध करून शिक्षण आत्मसात करणाऱ्यांना व्यवसायाची प्रगती निश्चित करणे- ह्या सगळ्या महत्त्वाच्या गोष्टी वरील आराखड्यात समाविष्ट केल्या आहेत.

नियोक्ता आणि उद्योजकता यांच्यातील दरी कमी करणे

नियोक्ता किंवा उद्योगाची मागणी आणि कामगार उत्पादकतेबरोबर कौशल्य शिक्षण प्राप्त करणाऱ्यांची तसेच शाश्वत उपजीविकेची गरज ,

ह्या सगळ्या गोष्टी उद्योगाच्या मागणीवर आधारित असलेल्या कौशल्य प्रशिक्षणासाठी महत्वाच्या आहेत.

असंघटित क्षेत्रांमध्ये कौशल्य प्रशिक्षण प्रदान करणे व सक्षमता निर्माण करणे

असंघटित क्षेत्रांमध्ये कौशल्य प्रशिक्षण प्रदान करणे व क्षमता निर्माण करणे महत्त्वाचे आहे. कुशल कर्मचाऱ्यांचा गट निर्माण करण्यास, दोन गोष्टी महत्त्वाच्या ठरतात त्या म्हणजे दीर्घकालीन कौशल्यासाठी उच्च गुणवत्ता असलेले पर्याय उपलब्ध करने तसेच स्थानिक व पारंपरिक कौशल्यांना जागतिक स्तरावर मान्यता मिळवून देणे.

परदेशातील रोजगार मिळवण्याच्या संधी उपलब्ध करणे

विविध आणि विशिष्ट पद्धतीने, परदेशातील रोजगार मिळवण्याचे मार्ग सर्वसाधारण माणसाला उपलब्ध करून देणे आणि समाजातील वंचित लोकसंख्येला विविध कार्यांद्वारे मदत करणे हे या योजनेचे मुख्य उद्दिष्टे आहेत.

२. कौशल्य विकास अभ्यासक्रम (SKILL DEVELOPMENT COURSES).

सॉफ्ट स्किल्स, (ज्यात संगणक साक्षरता, भाषा आणि क्षेत्र/व्यापारासाठी संबंधित कामाच्या ठिकाणी आंतरवैयक्तिक कौशल्ये समाविष्ट असतील) कौशल्य प्रशिक्षणाशी संबंधित प्रक्रियेचा एक महत्त्वाचा भाग बनतील आणि वर नमूद केलेल्या सर्व श्रेणींच्या अभ्यासक्रम विभागांमध्ये कार्यक्षमतेने एकत्रित केले जातात.

योजनेच्या आराखड्याच्या (Scheme Framework) अंतर्गत प्रदान केलेले सर्व कौशल्य विकास अभ्यासक्रम २७.१२.२०१३ रोजी अधिसूचित केलेल्या NSQF चे पालन करतात तसेच. हा आराखडा सर्व प्रशिक्षण/शैक्षणिक कार्यक्रम/अभ्यासक्रमांचे संक्रमण, प्रदान करतो,

३. प्रशिक्षणसाठी पयाभुत सुविधा (Input Standards).

सर्व प्रशिक्षण कार्यक्रम ज्यांना भारत सरकारच्या योजनांद्वारे निधी प्रदान केला जातो, ते या सामान्य नियमांनुसार (Common Norms) योग्य परिणाम साध्य करतात की नाही ह्याची खात्री करून घेणे आवश्यक असते. पुरेशा प्रशिक्षण पायाभूत सुविधा आणि क्षमता असल्याची खात्री निश्चित करण्यासाठी खालील इनपुट्सचा विचार केला जातो.

i) एकूण प्रशिक्षण पायाभूत सुविधा विशेषतः प्रशिक्षण सहाय्य आणि उपकरणे उद्योग मानकांनुसार असणे.

ii) योग्य पात्रता/अनुभव असलेले प्रशिक्षक नियुक्त करणे, जेथे प्रत्येक प्रशिक्षकाला, योग्य ते शिक्षण (Training of Trainers-ToT) घेणे गरजेचे आहे.

iii) उद्योगाशी निगडित सामग्री, शिक्षण गटांसाठी उचित आणि NSQF च्या आवश्यकतांनुसार वापरली जाणे.

iv) विद्यार्थी आणि प्रशिक्षक नावनोंदणी आधार कार्डशी लिंक करणे.

v) आवश्यक असल्यास मूल्यांकन व्हिडिओ रेकॉर्ड करणे.

४. कौशल्य विकास-परिणाम (Outcome of Skill Development).

कुशल व्यक्तीच्या स्वतंत्र तृतीय पक्ष प्रमाणीकरणाव्यतिरिक्त, कौशल्य कार्यक्रमांचे परिणाम खालीलप्रमाणे असतील:

i) नवीन प्रवेशकर्त्यांना प्रशिक्षण देण्यासाठी, पुढील सर्व गोष्टींचा समावेश करण्यासाठी परिणाम परिभाषित केले जातात.

   - प्रशिक्षण पूर्ण झाल्यानंतर ३ महिन्यांच्या आत किमान ७०% यशस्वीरित्या प्रमाणित प्रशिक्षणार्थी रोजगार प्रदान केला जाते.

   - मंत्रालय/विभागांना केवळ स्वयंरोजगार/ उद्योजकता, क्रियाकलापांचे स्वरूप, स्थानिक अर्थव्यवस्था, सामाजिक परिस्थिती इ., या योजनेच्या निकषांवर आधारित वेतन आणि स्वयंरोजगाराच्या टक्केवारीत आवश्यक बदल करण्याचे स्वातंत्र्य असते.

ii) जर एखाद्या व्यवसायात आधीच गुंतलेल्या लोकांच्या कौशल्य उन्नतीच्या बाबतीत विचार केला तर अशा लोकांपैकी किमान ७०% लोकांना कौशल्य विकास प्रशिक्षण पूर्ण झाल्याच्या १४ महिन्यांच्या आत किमान ३०% मानधनाची वाढ होते.असे बघितले जाते..

५. शोधक यंत्रणा आणि ट्रॅकिंग (Monitoring & Tracking).

विविध कौशल्य प्रशिक्षण कार्यक्रमांच्या व्यवस्थापन माहिती प्रणाली (Management Information System-MIS) मध्ये वापरण्यासाठी ॲप्लिकेशन प्रोग्राम इंटरफेस (Application Program Interface-

APIs) देखील सादर केले जातीत. त्यासोबत, कौशल्य विकास आणि उद्योजकता मंत्रालय (Ministry of Skill Development and Entrepreneurship) वरील मानके आणि API वर आधारित एकात्मिक आणि परस्परसंवादी MIS च्या विकासासाठी मदत करेल. हेच, सर्व मंत्रालये किंवा विविध विभागांसाठी पुढील वापरासाठी उपलब्ध असतो. ही व्यवस्थापन माहिती प्रणाली राज्यांच्या ERP/MIS सोल्यूशन व मंत्रालयातील विविध खाती व विभागांचे निश्चित कार्यक्रम ह्यासाठी समन्वयक (aggregator) म्हणून काम करतो.

हे सुलभ करण्यासाठी, MoSDE द्वारे नियुक्त केलेली एजन्सी, वेगवेगळ्या डेटा मांडणीद्वारे (Data Structures) माहिती मिळवण्यासाठी व माहितीच्या देवाणघेवाणीसाठी राज्ये/मंत्रालये/विभागांना आवश्यक तांत्रिक सहा आधारित सहाय्य प्रदान करता यावे म्हणून एक प्रणाली स्थापित करण्यात आलेली आहे. अशा परस्परसंवादी MIS ने सखोल गुणात्मक अंतर्दृष्टी मिळू शकते, ज्याचा उपयोग धोरण तयार करण्यासाठी केला जातो.

प्रकल्पाच्या अंतर्गत प्रशिक्षित झालेले प्रशिक्षणार्थी .त्यांच्या व्यवसायाची प्रगती व्यवसायामधे टिकून राहाणे व इतर मापकानुसार निरिक्षणाखाली ठेवण्यात येतील. मुलभूत तसेच एकमेव अशी ही प्रणाली, वेब तसेच मोबाइल ट्रैकिंग सुविधेसाठी तयार केली आहे.

६. जागरूकता निर्माण करणे (Advocacy & Awareness Building)

कौशल्य विकास मंत्रालय (Ministry Of skill Developement And Enrepreneurship) ही देशभरात, समन्वित जागरूकता मोहीम

आखली जाईल . प्रत्येक मंत्रालय/विभाग, ठरलेल्या गट/लाभार्थ्यांपर्यंत पोहोचण्यासाठी एक योजना आरंभली आहे. इतर भागधारकांचे, विशेषतः नियोक्ता उद्योगांना माहिती करून देणे, हे ह्या मोहिमेचा महत्त्वाचा घटक आहे.

४. कौशल्य विकासाचे भागधारक (Direct Stakeholders of Skill Development)

कौशल्य प्रशिक्षण घेणाऱ्या व्यक्तींना, रोजगार देणारे उद्योग/संस्था हे कौशल्य विकासाचे भागधारक आहेत. इतर भागधारकांमध्ये विविध केंद्रीय आणि राज्य मंत्रालये, राष्ट्रीय कौशल्य विकास संस्था (National Skill Development Agency), राष्ट्रीय कौशल्य विकास महामंडळ (National Skill Development Corporation), क्षेत्र कौशल्य परिषद (Sector Skill Councils), इतर प्रमाणन संस्था (Certification Agencies) आणि कौशल्य प्रशिक्षण प्रदाते(Skill Training Providers) (सार्वजनिक, खाजगी आणि वित्तीय संस्था दोन्ही) यांचा समावेश आहे.

रोजगार शोधत असलेल्या व्यक्ती (People Seeking Employment)

कामगार क्षेत्रात प्रवेश करणाऱ्या नवीन व्यक्तींना आणि जे लोक त्यांच्या विद्यमान कौशल्यांमध्ये सुधारणा करू इच्छित आहेत ते कौशल्य विकासाचे मुख्य भागधारक असतात.

ज्या व्यक्तींनी अनौपचारिक किंवा अनुभवात्मक शिक्षणाद्वारे कौशल्ये आत्मसात केली आहेत आणि ज्यांना त्यांची कौशल्ये

औपचारिक प्रमाणपत्राद्वारे ओळखली जावीत किंवा त्यांना मान्यता दिली जावी असे वाटते ते देखील कौशल्य विकासाचे भागधारक होऊ शकतात.

नियोक्ते (Employers).

नियोक्ते हे पर्यावरणाचे सवर्धन (Skilling Ecosystem) प्रमुख भागधारकांपैकी एक आहेत. नियोक्तांमध्ये उद्योग, संस्था, कंत्राटदार तसेच इतर श्रमिक गटातील लोकांना अशा विविध सेवा शोधणाऱ्या व्यक्तींचा समावेश असतो. कौशल्य विकास आणि उद्योजकता मंत्रालयाच्या (Ministry of Skill Development and Entrepreneurship) प्रायोजकत्वाखाली आयोजित कौशल्य भेद किंवा अंतर विश्लेषणामध्ये (Skill Gap Analysis) कुशल कर्मचाऱ्यांची प्रचंड गरज असल्याचे नमूद केले गेले आहे. त्याच अहवालात असेही नमूद केले आहे की कुशल व प्रशिक्षित कामगारांना अधिक वेतन देण्यास नियोक्ते कमी इच्छुक आहेत. हे स्पष्टपणे दर्शविते की प्राप्त केलेल्या कौशल्यांचे आर्थिक मूल्य कमी आहे. नियोक्त्यांना अकुशल व्यक्तींच्या तुलनेत कुशल व्यक्तींना अधिक वेतन देण्यास प्रोत्साहित करण्यासाठी सक्रिय उपाय आणि प्रोत्साहन प्रदान करणे गरजेचे आहे.

६. कौशल्य अंतर किंवा भेद विश्लेषण
(Skill Gap Analaysis)

कौशल्य विकासाचे उद्दिष्टे साध्य करण्यासाठी, उद्योगाच्या मागणीनुसार आणि राष्ट्रीय स्तरावर मान्यताप्राप्त व ग्रामीण अभ्यासक्रमानुसार प्रशिक्षण दिले जावे. सर्वसमावेशक कौशल्य अंतर विश्लेषणाद्वारे (Skill Gap Analysis) शहरी स्तरावर कौशल्यासाठी उद्योगाच्या मागणीचे मूल्यांकन केले जावे. त्यानंतर कौशल्य अंतर किंवा भेद विश्लेषणाने (Skill Gap Analysis-SGA) उद्योगांसाठी आवश्यक असलेले प्रशिक्षित मनुष्यबळ, आवश्यक कौशल्यांचे स्वरूप आणि रोजगारासाठी तसेच स्वयंरोजगारासाठी निवडले जाणारे व्यापार यांचे स्पष्ट चित्र प्रदान केले पाहिजे. Small For Gestational Age ने प्रत्येक व्यापारासाठी आवश्यक असलेल्या अभ्यासक्रमांचे स्वरूप आणि कालावधी देखील नमूद करणे गरजेचे असुन. अशा अभ्यासामध्ये किमान ५ वर्षांच्या कालावधीसाठी अंदाज असणे आवश्यक आहे. . NSDC च्या क्षेत्र कौशल्य परिषद (Sector Skill Councils, तांत्रिक विद्यापीठे (Technical Universities), राज्याचे श्रम आणि रोजगार विभाग (State Department of Labour and Employment), राज्य उद्योग विभाग (State Industries Department), सरकार प्रायोजित संशोधन संस्था (Government sponsored Research Institutions), राज्य उद्योग संघटना (State

Industries Association) किंवा इतर कोणत्याही एजन्सीची कौशल्य भेद किंवा अंतर, विश्लेषण करण्यासाठी मदत घेण्यात येते.

कौशल्य अंतर विश्लेषण (Skill Gap Analysis)

आगामी उद्योगांमध्ये रोजगाराची मागणी पुरवली जाते. तसेच स्थानिक भागात स्वयं-उद्योग किंवा स्वयं-रोजगार स्थापन करण्यासाठीचा वाव ओळखणे महत्त्वाचे आहे. हे प्रशिक्षण स्थानिक ३७ भागात विभागाची केली असुन सर्वाधिक मागणी असलेले कौशल्य प्रदान करण्यासाठी आयोजित केले जाते. तसेच, इतर प्रदेशांमध्ये स्थलांतरित होण्यास इच्छुक उमेदवारांसाठी, कौशल्य-प्रशिक्षण अभ्यासक्रम जे कौशल्य अंतर विश्लेषण अंतर्गत ओळखले जात नाहीत ते देखील आयोजित केले जातात.

१. संकल्पना कौशल्य अंतर विश्लेषणाची संकल्पना
    (Concept of Skill Gap Analysis).

- कर्मचाऱ्यांना त्यांचे काम योग्यरित्या पार पाडण्यासाठी व आवश्यक असलेली कौशल्ये ओळखण्यासाठी, कौशल्य अंतराचे विश्लेषण (Skill Gap Analysis) केले जाते.

- कौशल्य अंतराचे विश्लेषण लागू करून एखाद्या संस्थेत/उद्योग/क्षेत्रात कोणत्या कौशल्याची आणि ज्ञानाची कमतरता आहे हे शोधणे शक्य आहे.

- विश्लेषण करण्याची पहिली महत्त्वाची पायरी म्हणजे एखाद्या व्यक्तीला त्याचे काम करण्यासाठी आवश्यक असलेली सर्व

कौशल्ये ओळखणे आणि नंतर एखाद्या उद्योगात काम करण्यासाठी आवश्यक कौशल्ये विकसित करणे.

- कौशल्य अंतर विश्लेषण हे (Skill Gap Analysis) सरकारला अस्तित्वात असलेली कौशल्ये आणि उद्योगात आवश्यक असलेली कौशल्य यामधील फरक समजून घेण्यास मदत करते.

२ कौशल्य अंतराची संकल्पना समजून घेणे (Skill Gap- A conceptual Understanding)

"कौशल्य अंतर" हा वाक्यांश सार्वजनिक क्षेत्रामध्ये वेगवेगळ्या प्रमाणात वापरला जातो. सोप्या भाषेत, कौशल्य अंतर म्हणजे श्रमिक बाजारपेठेतील मागणी आणि पुरवठ्यातील फरक. अधिक सूक्ष्म दृष्टिकोनातून "कौशल्य अंतर", हा शब्दप्रयोग म्हणजे, नोकरीसाठी आवश्यक कौशल्ये आणि संभाव्य कामगाराकडे असलेल्या कौशल्यांमधील फरक.

३ कौशल्य अंतर किंवा भेद विश्लेषण व त्याचे महत्त्व (Skill Gap Analysis- importance).

- उद्योगाचे स्पष्ट दृश्य प्रदान करते आणि कॉर्पोरेट उद्दिष्टे पूर्ण करण्यासाठी किंवा उद्योग धोरणांमध्ये बदल साध्य करण्यासाठी कर्मचाऱ्यांकडे आवश्यक कौशल्ये आहेत की नाही हे ठरवण्यासाठी निर्णय घेणाऱ्यांना परवानगी देते.

- संस्था, विभाग किंवा भूमिकेतील कौशल्य अंतरांचे विश्लेषण प्रदान करते.

- विश्लेषण धोरण आणि निर्णय घेणाऱ्यांना/कंपन्यांना प्रशिक्षणाचीआवश्यकता आणि संसाधनांना प्राधान्य देण्यास मदत करते.

- विश्लेषण भर्ती आणि प्रशिक्षणाच्या नियोजनात मदत करू शकते व त्याचबरोबर सरकारला कौशल्य वाढीसाठी कोणते प्रयत्न घेणे आवश्यक आहे, हे ठरवण्यासाठी आधार देते.

४. **कौशल्य अंतर विश्लेषण व त्याचे महत्त्व.**
(Skill Gap Analysis- Importance to Government).

- प्रादेशिक आर्थिक विकास निर्णय घेण्यास समर्थन देणे.

- शैक्षणिक धोरण विकसित करणे.

- कामगार उपलब्धतेची साधने समायोजित करणे.

- एखाद्या प्रदेशात गुंतवणूकदारांना आकर्षित करून घेणे.

५. **धोरणाचा आराखडा- कौशल्य अंतर विश्लेषण**
(Policy Framework- Skill Gap Analysis)

- संबंधित क्षेत्रे, त्यांचा स्पर्धात्मक फायदा आणि विकास दर राखू शकतात का? कामगार शक्ती समायोजित करण्यात मदत करण्यासाठी कोणते हस्तक्षेप आवश्यक आहेत?

- एखाद्या प्रदेशाबद्दलची संपूर्ण माहिती आणि उपलब्ध कौशल्ये यांच्यात समन्वय आहे का?

- प्रदेशातील शिक्षण वेळेवर आणि आवश्यक प्रमाणात कौशल्ये प्रदान केले जात आहे का?

- उद्योगांमध्ये कौशल्ये किंवा शिक्षण व्यवसायात समायोजित करण्यासाठी कोणते उपाय आवश्यक आहेत?

- प्रदेशाबाहेरील असलेल्या व्यक्तींमधील कौशल्ये आकर्षित करण्यासाठी कोणते उपाय आवश्यक करणे आहेत?

६. कौशल्य अंतराचे अंदाज (Skill Gap estimation).

कौशल्य अंतराचे निर्धारण दोन पद्धतीने केले जाऊ शकते:

- कामगार दलातील कौशल्य अंतर शोधण्यासाठी कर्मचारी/नियोक्ता सर्वेक्षण वापरणे.

- कौशल्यातील अंतर निश्चित करण्यासाठी एकूण श्रम पुरवठा/मागणी निर्देशक वापरणे.

तिसरी पद्धत ही वरील दोन पद्धतींचे संयोजन आहे, जी श्रम पुरवठा/मागणी निर्देशकांसह प्राथमिक सर्वेक्षण संशोधन (Primary Survey Research) एकत्रित करते. बहुतेक सार्वजनिक धोरण अहवाल व सर्व NSDC कौशल्य अंतर अहवालासह (Skill Gap Report) हा दृष्टिकोन वापरतात, जेथे शिक्षणाचा स्तर कौशल्य पातळीसाठीचा पर्याय आहे.

७. कौशल्य अंतर विश्लेषण- सध्याची स्थिती (Skill gap Analysis - Current Status).

कौशल्य विकास आणि उद्योजकता मंत्रालयाच्या (National Skill Development Corporation under the Ministry of Skill

Development and Entrepreneurship) अंतर्गत राष्ट्रीय कौशल्य विकास महामंडळाने (National Skill Development Corporation) कौशल्य अंतर विश्लेषण अहवाल (skill gap analysis reports) तयार केला आहे जो आर्थिक क्षेत्रांद्वारे तसेच राज्यांद्वारे वर्गीकृत केला गेला आहे. त्यांनी २४ क्षेत्रांसाठी, कौशल्य अंतर अहवाल जारी केले आहेत. त्या अहवालाच्या अंदाजानुसार २०२२ पर्यंत सुमारे ११.९ कोटी लोकांना प्रशिक्षण देणे आवश्यक आहे. आत्तापर्यंत, खालील परिच्छेदामध्ये दिलेल्या क्षेत्रांचे कौशल्य अंतर विश्लेषण अहवाल उपलब्ध आहेत.

८. **कौशल्य अंतर- क्षेत्राप्रमाणे विभाजन.**

   (Skill Gaps – sector wise coverage)

- शेती.

- ऑटोमोबाईल.

- बँक, आर्थिक सेवा आणि विमा.

- सौंदर्य आणि निरोगीपणा.

- बांधकाम आणि स्थावर मालमत्ता. (Real estate)

- बांधकाम साहित्य आणि इमारतीचे हार्डवेअर.

- घरकामासाठी लागणारे मनुष्यबळ.

- शिक्षण आणि कौशल्य विकास.

- इलेक्ट्रॉनिक्स आणि आयटी हार्डवेअर (IT Hardware)

- अन्न प्रक्रिया

- फर्निचर आणि फर्निशिंग
- रत्ने आणि दागिने
- हातमाग आणि हस्तकला
- आरोग्य सेवा
- IT आणि ITES
- चामड्याची उत्पादने.
- मीडिया आणि मनोरंजन
- औषधे बनवणारे कारखाने (pharmaceuticals)
- खाजगी सुरक्षा सेवा
- किरकोळ (Retail)
- दूरसंचार
- कापड आणि त्याची उत्पादने.
- दळणवळण व तत्संबंधी साधणे आणि पॅकेजिंग
- प्रवास पर्यटन आणि आदरातिथ्य

अभ्यासक्रम आखणे (Curriculum Designing).

कौशल्य व्यवसायांसाठी औपचारिक मानक अभ्यासक्रम असावा जो उद्योगाच्या गरजेनुसार आणि मूल्यांकन व प्रमाणन आवश्यकतांनुसार तयार केलेला असेल. NSDC अंतर्गत विविध क्षेत्रातील कौशल्य परिषदांनी राष्ट्रीय व्यावसायिक मानके (National Occupational Standards-NOS) विकसित केली आहेत. NOS ने कार्यप्रदर्शनाचे

मानक स्पष्ट केले आहे जे एखाद्या व्यक्तीने कामाच्या ठिकाणी त्याचे कार्य योग्यरित्या पार पाडण्यासाठी प्राप्त केले पाहिजे.

नियोक्ता, क्षेत्र कौशल्य परिषदेद्वारे NSDC अंतर्गत राष्ट्रीय व्यावसायिक मानके (National Occupational Standards-NOS) स्थापित करेल. NOS व शोधित नोकऱ्या (job roles) हे NSQF ने प्रमाणित केलेल्या तसेच राष्ट्रीय कौशल्य धोरणानुसार (National Skill Policy) असतील.

SULM, NSQF वर आधारित अभ्यासक्रम निश्चित करण्याचा विचार करण्यात येतो. राज्ये, कौशल्य विकास आणि उद्योजकता मंत्रालयाच्या (Skill Development Initiative Scheme of Ministry of Skill Development & Entrepreneurship) (आधीचे कामगार आणि रोजगार मंत्रालय-Ministry of Labour & Employment) कौशल्य विकास पुढाकार योजनेअंतर्गत मॉड्यूलर एम्प्लॉयेबल स्किल (MES) अभ्यासक्रमांसाठी तयार केलेल्या अभ्यासक्रमाचे अनुसरण करण्यात येते. भारत सरकारकडून सूचित करण्यात आले आहे की अखेरीस MES सह सर्व कौशल्य प्रशिक्षण अभ्यासक्रम NOS आणि QP मध्ये दाखवले जातात. त्याचबरोबर, ह्या प्रक्रियेचा आरंभ झालेला आहे. राज्यांना या क्षेत्रातील घडामोडींबरोबर राहण्याचा सल्ला देण्यात आला आहे. राष्ट्रीय मानके आणि सामान्य नियमांचे पालन केले जात आहे याची खात्री करण्यासाठी राज्यांना सूचित करण्यात आले आहे. EST&P अंतर्गत कोणत्याही प्रशिक्षण अभ्यासक्रमासाठी सर्व मानक अभ्यासक्रम सक्षम तांत्रिक एजन्सीशी सल्लामसलत करून आखले गेले पाहिजेत (सक्षम तांत्रिक एजन्सी जसे की तांत्रिक विद्यापीठ/महाविद्यालय, तंत्रशिक्षण संचालनालय, राष्ट्रीय

कौशल्य विकास महामंडळ, NSDC च्या क्षेत्र कौशल्य परिषद इ.). प्रशिक्षणार्थींसाठी मानकीकरण आणि नोकरीच्या संधी सुनिश्चित करण्यासाठी वरीलपैकी कोणत्याही एजन्सीशी सल्लामसलत करून, SULM द्वारे इतर कोणत्याही सक्षम अधिकाऱ्याने मान्यता न दिलेले कोणतेही अभ्यासक्रमसुद्धा मंजूर केले करण्यात येतात. प्रशिक्षण अभ्यासक्रम मॉड्यूल स्थानिक उद्योगाच्या मागणीनुसार राज्य/राष्ट्रीय स्तरावर स्वीकार्य आहेत. उद्योग मानकांचे प्रमाणीकरण सुनिश्चित करण्यासाठी, अभ्यासक्रम तयार करणे गरजेचे आहे.

७. प्रशिक्षणा संस्था - निवड व मूलभूत निकष (Selection of Training Partners - Basic Criteria)

खालील निकषांच्या आधारे कौशल्य प्रशिक्षण प्रदात्यांची निवड करणे आवश्यक आहे:

- मालकी आणि क्रियाकलाप किंवा उपक्रम
- आर्थिक कामगिरी
- पायाभूत सुविधा
- उपकरणे
- विद्याशाखा
- प्रशिक्षण केंद्रांची संख्या

१. मालकी आणि क्रियाकलाप (Ownership & Activities):

संस्था या एकतर भागीदारीत कंपनी असणे गरजेचे आहे. कंपनी कायदा १९५६ अंतर्गत नोंदणीकृत कंपनी किंवा संस्था नोंदणी कायदा (Societies registration Act) १८६० अंतर्गत नोंदणी केलेली संस्था किंवा कलम २५ अंतर्गत कंपनी असणे आवश्यक आहे. संस्था किमान

३ वर्षे अस्तित्वात असून तिच्या क्रियाकलाप आणि कार्याचा तपशील प्रदान करणे हे देखील महत्त्वाचे आहे.

नामांकन मिळविण्यासाठी, कौशल्य आणि उद्योजकता विकास करण्यासाठी पुरेसा अनुभव आवश्यक आहे.

अर्जासह नोंदणी प्रमाणपत्र व मागील तीन वर्षांचा वार्षिक अहवाल देणे गरजेचे आहे. वैयक्तिक मालकी संस्थांना परावृत्त करणे.

२. आर्थिक कामगिरी (Financial Performance):

संस्थेला मागील तीन वर्षांत किमान २ वर्षे नफा असणे आवश्यक आहे. संस्थेची निव्वळ संपत्ती किमान रु. ....../- आणि उलाढाल किमान रु. ....

भागीदारीला निविदा मिळविण्यास परवानगी दिली जाऊ शकते परंतु भागीदारीतील आघाडीच्या संस्थेने उलाढाल, निव्वळ मूल्य आणि नफा या निकषांची पूर्तता करणे आवश्यक आहे.

३.पायाभूत सुविधा (Infrastructure):

संस्थेने किमान १५०० चौरस फूट क्षेत्रफळाचे गृहनिर्माण कार्यालय आणि व्याख्यान सभागृहे समाविष्ट केलेली असावीत. संगणकाशी संबंधित कार्यक्रम आयोजित करण्यासाठी, एक किंवा दोन संगणक प्रयोगशाळा असणे गरजेचे आहे. व्याख्यान सभागृहात आवश्यक सुविधा, एलसीडी प्रोजेक्टर आणि स्क्रीन असणे महत्त्वाचे आहे. विशिष्ट तांत्रिक कार्यक्रम आयोजित करण्यासाठी प्रयोगशाळा आणि कार्यशाळा उपलब्ध करून देणे.

४. उपकरणे (Equipment):

प्रात्यक्षिक वर्ग आयोजित करण्यासाठी आवश्यक उपकरणे व सुविधा उपलब्ध करून देणे आवश्यक आहे. संस्थेने उपलब्ध उपकरणांची यादी सादर करणे महत्त्वाचे आहे जेणेकरून त्याची उपयुक्तता तपासली जाईल. उदाहरणार्थ: संगणक अभ्यासक्रम चालवण्यासाठी किमान २० संगणक उपलब्ध करून देणे किंवा तांत्रिक व्यापार व त्याचा अभ्यासक्रम आयोजित करण्यासाठी दुरुस्तीची उपकरणे आणि चाचणी सुविधा उपलब्ध करून द्याव्यात. तांत्रिक प्रस्तावासह उपकरणांची यादी सादर करणे.

५. शिक्षक समुदाय (Faculty):

कार्यक्रम आयोजित करण्यासाठी संस्थेकडे किमान मुख्य प्राध्यापक असणे आवश्यक आहे. त्या व्यतिरिक्त कार्यक्रम आयोजित करण्यासाठी संसाधन व्यक्तींची यादी असणे आवश्यक आहे.

६. प्रशिक्षण केंद्रांची संख्या (Number of Training Centres):

बहुविध केंद्रांसह कौशल्य-प्रशिक्षण प्रदात्यांना जास्त कार्यक्रमांच्या वाटपासाठी विचारात घेतले जाऊ शकते. पण, अशा केंद्रांची पायाभूत सुविधा, उपकरणे, इतर सुविधा यासह संपूर्ण तपशील तांत्रिक प्रस्तावांसह सादर करणे गरजेचे आहे.

ब. प्रशिक्षण कार्यक्रमांचे आयोजन (Conduct of Training programmes).

१. व्यापाराचे नाव आणि कालावधी (Name and Duration of the Trades):

व्यापाऱ्यांना मान्यता मिळाल्यावर, या कार्यक्रमांचा कालावधी तासांच्या संख्येनुसार ठरवावा लागतो. त्यानुसार एकूण दिवसांची संख्या ठरवता येते. पायाभूत सुविधा आणि प्राध्यापकांच्या उपलब्धतेवर आधारित, एकापेक्षा जास्त कार्यक्रम आयोजित केले जाऊ शकतात. प्रशिक्षण कार्यक्रमात उद्योजकतेचा घटक असणे आवश्यक आहे ज्याचा कालावधी किमान एक आठवडा असेल, जेणेकरून स्वयंरोजगाराच्या पर्यायांना योग्य माहिती आणि संबंधित मार्गदर्शन केले जाईल. संघटित किरकोळ किंवा आदरातिथ्य यांसारख्या सॉफ्ट स्किल्सशी संबंधित कार्यांमध्ये व्यक्तिमत्त्व विकासाशी संबंधित Input किंवा माहिती असणे आवश्यक आहे. यामध्ये संवाद, ग्राहक सेवा इत्यादींचा समावेश असू शकतो.

२. प्राध्यापकांची पात्रता आणि अनुभव (Qualification and Experience of Faculty):

कार्यक्रमांसाठी सर्वोत्कृष्ट प्राध्यापकांची निवड करणे आवश्यक आहे. तसेच,खालील महत्त्वाच्या गोष्टी लक्षात ठेवणे: प्राध्यापकांकडे कार्यक्रम आयोजित करण्यासाठी किमान पात्रता असणे आवश्यक आहे.

प्राध्यापकांना किमान २-३ वर्षांचा व्यावहारिक अनुभव आणि प्रशिक्षण कार्यक्रम आयोजित करण्याचा अनुभव असणे गरजेचे आहे.

इंग्रजी किंवा हिंदी किंवा इतर कोणत्याही स्थानिक भाषेत उत्कृष्ट संभाषण कौशल्य असणे आवश्यक आहे.

३. कार्यक्रम सुरू करण्यापूर्वी जाहिरात आणि प्रसिद्धी करणे (Advertisement and Publicity before the start of the programme):

कार्यक्रमाची योग्य प्रकारे जाहिरात किंवा प्रसिद्धी करणे. उदाहरणार्थ: वर्तमानपत्रे, पत्रिका, हँडबिल इत्यादींद्वारे जाहिराती. प्रशिक्षण संस्थांद्वारे महाविद्यालये, शाळा, ब्लॉक ऑफिस आणि एम्प्लॉयमेंट एक्सचेंज द्वारे माहिती उपलब्ध करून देणे. व्यापक प्रचारासाठी जनजागृती शिबिरेही आयोजित केली जाऊ शकतात.

४. अभ्यासक्रम (Syllabus):

अभ्यासक्रमाची रचना अशा प्रकारे केली जावी जिथे वर्ग आणि प्रात्यक्षिक अशा दोन्ही गोष्टींचा समावेश असतो. प्रत्यक्ष अनुभव हा अभ्यासक्रमाचा भाग असावा. स्थानिक उद्योगांसोबत इंटर्नशिपचीही व्यवस्था करावी. अभ्यासक्रम NSQF अनुरूप आणि उद्योगाशी संबंधित असणे महत्त्वाचे आहे. प्रशिक्षण कार्यक्रमात किमान एका आठवड्याच्या कालावधीच्या उद्योजकतेचा घटक असू शकतो जेणेकरून स्वयंरोजगार निवडणाऱ्यांना योग्य माहितीसह मार्गदर्शन केले जाता येईल. संबंधित सॉफ्ट स्किल हे अभ्यासक्रमाशीही जोडले जावे. त्यामध्ये व्यक्तिमत्व विकास, संवाद, वेळ व्यवस्थापन इत्यादींचा समावेश असू शकतो. आरोग्य सेवा आणि सामाजिक एकसंघतेशी संबंधित समस्या समाविष्ट केल्या जाऊ शकतात.

५. परीक्षा आणि प्रमाणन (Examination and Certification):

विद्यार्थ्यांची प्रगती तपासण्यासाठी नियमित अंतराने चाचण्या घेणे जेणेकरून सुधारात्मक उपाययोजना करणे सोपे जाईल. तसेच, राष्ट्रीय व्यावसायिक प्रशिक्षण परिषद व क्षेत्र कौशल्य परिषद इ. (National Council of Vocational Training and Sector Skill Councils)

यांसारख्या मान्यताप्राप्त प्रमाणन संस्थांकडून अंतिम मूल्यांकन आणि प्रमाणपत्र देणे.

६. व्यावहारिक सत्र आणि इंटर्नशिप (Practical session and internship):

अभ्यासक्रमात एखाद्या उद्योगातील प्रात्यक्षिक प्रशिक्षणाचा समावेश असू शकतो. तसेच प्रशिक्षण संस्थेतील उपकरणे हाताळणे निश्चितच उपयुक्त ठरेल. "ऑन द जॉब ट्रेनिंग" (OJT) केवळ ज्ञानच प्रदान करत नाही तर शिस्तही लावते आणि कामाच्या वातावरणाशी संपर्क वाढवते.

७. रोजगार मेळा / नियोक्ता मेळावा (Rojgar mela/ Employers Meet)

रोजगार मेळा / नियोक्ता मेळावा नियमित अंतराने आयोजित केला जाऊ शकतो. नियोक्ते मुलाखत घेऊन प्रशिक्षित तरुणांची निवड करू शकतात. प्रशिक्षण कार्यक्रमात सुधारणा कशी करावी किंवा प्रशिक्षण सामग्रीमध्ये कोणते बदल केले पाहिजेत याबद्दल ते स्वतःची मते किंवा अभिप्राय देखील देऊ शकतात. अशा रोजगार मेळाव्याने चांगला रोजगार मिळण्याची संभावना

असते व त्याचबरोबर प्रशिक्षण कार्यक्रमातही सर्वांगीण सुधारणा होते.

स्वयंरोजगारासाठी पाठपुरावा (Follow up & handholding for self-employment):
योजना तयार करणे (Preparation of Schemes):

जे सहभागी स्वयंरोजगार निवडतात त्यांना त्यांचे प्रकल्प ओळखण्यात मदत केली जाऊ शकते. त्यांचा प्रकल्प अहवाल तयार करण्यासाठीही त्यांना मदत करणे महत्वाचे आहे. केंद्र/राज्य सरकारच्या विविध योजनांच्या अंतर्गत मिळणारी मदत लक्षात घेऊन प्रकल्प अहवाल तयार केला जाऊ शकतो.

DIC, बँक अधिकारी आणि इतर भागधारकांशी संवाद (Interaction with DIC, Bankers and other stakeholders).

DIC (District Industries Centre), बँक व इतर संस्थांशी संपर्क साधण्यात यावा व तो लिखित स्वरुपात प्रकल्प अहवालाद्वारे केला जावा. त्यातील काही बदल करावयाचे असल्यास ते DIC तसेच बँकेस मान्य असावेत. आवश्यक पायाभूत सुविधा पुरवण्यासाठी नगरपालिका किंवा विद्युत मंडळासारख्या इतर भागधारकांशी संपर्क साधणे गरजेचे आहे.

बँक लिंकेज (Bank Linkage)

प्रकल्पासाठी वित्तपुरवठा बँकेच्या अधिकाऱ्यांसोबत ठरवला पाहिजे. कर्जाच्या रकमेची आवश्यकता निश्चित करताना केंद्र/राज्य

सरकारद्वारे प्रदान केली गेलेली आर्थिक मदत किंवा अनुदान इ. विचारात घेणे गरजेचे आहे.

राष्ट्रीय अनुसूचित जाती वित्त आणि विकास महामंडळ (National Scheduled- Caste Finance And Development Corporation), राष्ट्रीय मागास वर्ग वित्त आणि विकास महामंडळ (National Backward Caste Finance And Development Corporation), राष्ट्रीय जात अल्पसंख्याक विकास आणि वित्त महामंडळ (National Caste Minority Development And Finance Corporation), राष्ट्रीय अनुसूचित जमाती वित्त आणि विकास महामंडळ (National scheduled Tribe Finance And Development Corporation) यांसारख्या राष्ट्रीय स्तरावरील महामंडळांच्याद्वारे राज्यासह पतपुरवठा निश्चित केला जाऊ शकतो. PMEGP, RGUMY इत्यादी अशा इतर सरकारी योजनांशी संबंध जोडणे गरजेचे आहे. तसेच, प्रशिक्षित सहभागींना MSME मंत्रालयाच्या राजीव गांधी उद्यमी मित्र योजनेअंतर्गत मदतीसाठी एजन्सीशी जोडले जाऊ शकते.

या योजनेंतर्गत पंतप्रधान रोजगार हमी कार्यक्रम, (Prime Minister Employment Guarantee Program- PMEGP) वित्तपुरवठा करण्यासाठी त्यांची यादी देखील केली जाऊ शकते. अनुदान किंवा आर्थिक मदत सुद्धा उपलब्ध असल्याकारणाने पतपुरवठेची आवश्यकता करू होते.

प्रवर्तकांचे योगदान देखील प्रकल्प खर्चाच्या १०% पर्यंत मर्यादित आहे. इतर मंत्रालयांकडे अशा योजना उपलब्ध आहेत ज्या नवीन सूक्ष्म उद्योजकांना देखील मदत करू शकतील.

७. IBA मॉडेल कर्ज योजना

व्यावसायिक शिक्षण आणि प्रशिक्षणासाठी IBA **मॉडेल कर्ज योजना** (IBA Model Loan Schemes for Vocational Education and Training).

कुशल व्यक्तींना वित्तपुरवठा करण्यासाठी इंडियन बँक्स असोसिएशनने तयार केलेली योजना खालील प्रमाणे आहे.

१ प्रस्तावना (INTRODUCTION).

अलिकडच्या वर्षांत कौशल्य विकासावर मोठ्या प्रमाणात भर दिल्याने, राष्ट्रीय व्यवसाय मानके (National Occupational Standards) आणि पात्रता पॅकशी (Qualification Packs) संरचित असलेले कौशल्य विकास अभ्यासक्रम घेण्यासाठी व्यक्तींना संस्थात्मक क्रेडिट (Institutional credit) प्रदान करण्याची गरज जाणवली आहे. हे एका प्रकारे राष्ट्रीय कौशल्य पात्रता आराखड्यानुसार (National Skill Qualification Framework- NSQF) प्रशिक्षण संस्थांकडून प्रमाणपत्र/डिप्लोमा/पदवी मिळवते. अशाप्रकारे, कौशल्य विकासासाठी राष्ट्रीय उपक्रमांना पाठिंबा देण्यासाठी "कौशल्य कर्ज योजना" (Skill Loan Scheme) विकसित करण्यात आली आहे.

२. उद्दिष्ट (OBJECTIVE).

कौशल्य कर्ज योजनेचे (Skill Loan Scheme) उद्दिष्ट कौशल्य कर्ज पात्रता नियमांनुसार (Skill Loan Eligibility Criteria) कौशल्य विकास अभ्यासक्रम घेऊ इच्छिणाऱ्या व्यक्तींना कर्ज सुविधा प्रदान करणे आहे.

३. योजनेची उपयुक्तता (APPLICABILITY OF THE SCHEME).

ही योजना IBA च्या सर्व सदस्य बँकांना आणि RBI ने सल्ला दिलेल्या इतर बँका आणि वित्तीय संस्थांना लागू आहे. त्याबरोबर, ही योजना बँकांना "कौशल्य कर्ज योजना" (Skilling Loan scheme) कार्यान्वित करण्यासाठी विस्तृत मार्गदर्शक तत्त्वे प्रदान करते व जी बँक, ह्याची अंमलबजावणी करेल त्यांना योग्य ते बदल करण्याचा अधिकार असेल. ही योजना मायक्रोफायनान्स संस्था (Microfinance Institutions - MFIs) आणि RBI द्वारे नियंत्रित इतर वित्तीय संस्थांना देखील लागू आहे.

४. पात्रता निकष किंवा नियम (ELIGIBILITY CRITERIA)

१ प्रशिक्षण संस्था (Training Institutes):

   कोणतीही व्यक्ति, जिने कुठल्याही क्षेत्रात प्रवेश घेतला असेल त्या व्यक्तीला कौशल्य कर्ज (Skilling loan) मिळेल. मात्र हे क्षेत्र औद्योगिक प्रशिक्षण संस्था (Industrial Training Institutes-ITIs), पॉलिटेक्निक किंवा केंद्र किंवा राज्य शिक्षण मंडळाद्वारे मान्यताप्राप्त शाळा किंवा मान्यताप्राप्त विद्यापीठाशी संलग्न

असलेल्या महाविद्यालयात, राष्ट्रीय कौशल्य विकास महामंडळशी (National Skill Development Corporation- NSDC) संलग्न प्रशिक्षण भागीदारांद्वारे किंवा क्षेत्र कौशल्य परिषद (Sector Skill Council), राज्य कौशल्य मिशन (State Skill Mission),राज्य कौशल्य महामंडळ (State Skill Corporation), प्राधान्याने अशा संस्थेने राष्ट्रीय कौशल्य पात्रता आराखडा (National Skill Qualification Framework- NSQF) नुसार जारी केलेले प्रमाणपत्र / डिप्लोमा / पदवी, ह्या संस्थांनी चालवणे गरजेचे आहे. भारत सरकार/राज्य सरकार वेळोवेळी संस्थांना या उद्देशासाठी सूचित करतात.

२   प्रशिक्षण अभ्यासक्रम (Training Courses):

वर नमूद केलेल्या प्रशिक्षण संस्थांद्वारे चालवलेले आणि

राष्ट्रीय कौशल्य पात्रता आराखड्याशी (National Skill Qualification Framework- NSQF) सरेखित केलेला अभ्यासक्रम, कौशल्य कर्जाद्वारे घेतला जाईल. तसेच, किमान अभ्यासक्रम कालावधी नसेल.

३   राष्ट्रीयत्व (Nationality):

अर्जदार भारतीय नागरिक असावा.

४   किमान वय (Minimum Age):

कौशल्य कर्ज (Skilling Loan) घेण्यासाठी कोणतेही वयाचे विशिष्ट बंधन नाही. पण, विद्यार्थी अल्पवयीन असल्यास, पालक कर्जासाठी कागदपत्रे पूर्ण करत असताना, बँक बहुसंख्या

मिळाल्यावर त्याच्या/तिच्याकडून स्वीकृती किंवा संमती पत्र प्राप्त करेल.

५ किमान पात्रता (Minimum Qualification):

NSQF नुसार नावनोंदणी करणाऱ्या संस्था/संस्थांच्या गरजेनुसार.

६ ग्राहक (KYC) नियम जाणून घेणे (Know your customer (KYC) norms):

संबंधित बँका/कर्ज देणाऱ्या संस्थांद्वारे निर्धारित केलेल्या इतर ओळख आणि पत्त्याच्या पुराव्याव्यतिरिक्त आधार कार्ड क्रमांक देखील KYC मानदंडांसाठी वैध पुरावा म्हणून घेतला जाईल.

५. वित्तपुरवठा (QUANTUM OF FINANCE)

कर्ज रुपयांच्या श्रेणीत असेल. ५,०००/- ते रु. १५०,०००/-. क्षेत्र आणि NSQF स्तरावर आधारित दरमहा अंदाजे शुल्क NSDC कडे उपलब्ध असेल.

कौशल्यासाठी कर्जपुरवठा असे लाभार्थी मिळवू शकतात जे अनुदान आधारित कौशल्य शिक्षण जे सरकारी योजनेंतर्गत असलेल्या शिक्षणासाठी पात्र असतील अन्यथा ही पात्रता नसलेले प्रशिक्षणार्थी कौशल्य कर्जपुरवठ्याचा लाभ घेऊ शकणार नाहीत.

६. कर्जासाठी विचारात घेतलेले खर्च (EXPENSES CONSIDERED FOR LOAN).

६.१. शिकवणी / कोर्स शुल्क:

शिकवणी किंवा अभ्यासक्रमाचे शुल्क थेट प्रशिक्षण संस्थेला भरावी.

६.२. इतर कुठलीही व्यवहार्य खर्चाची रक्कम जी अभ्यासक्रम पूर्ण करण्यासाठी तसेच छाननी शुल्क, परीक्षा फी, वाचनालय तसेच प्रायोगिक शाळा फी, सुरक्षा अनामत रक्कम, पुस्तक खरेदी, उपकरणे तसेच मशीन (अभ्यासक्रमांस प्रशिक्षणार्थींसाठी राहणे तसेच भोजनाची सुविधा पुरवणे गरजेचे असणारे नाही परंतु गरजेनुसार गुणवत्ता यादीनुसार त्याचाही विचार केला).

७. MARGIN

विद्यार्थी अभ्यासक्रमाशी एकनिष्ठ राहण्यासाठी बँका किंवा MFI विद्यार्थ्यांकडून डाउन-पेमेंट म्हणून नाममात्र रक्कम आकारू शकतात. तथापि, अभ्यासक्रमादरम्यान डाउन-पेमेंट आणि व्याज म्हणून दिलेली रक्कम (कलम ११) एकत्रितपणे एकूण अभ्यासक्रमाच्या रकमेच्या १०% पेक्षा जास्त नसावी.

८. व्याज दर (RATE OF INTEREST).

बँकेनी ठरविलेल्या पायाभूत दराशी लागू करावयाचा व्याजदर हा जोडला जाईल अथवा सरकारी अनुदानानुसार सुधारित व कमी व्याजदरानुसार सर्व प्रस्तावित लाभार्थींना लागू होईल. अभ्यास कालामध्ये तसेच परताव्याच्या वेळेपर्यंत सर्वसाधारण व्याजदरच लागू असेल.

टीप:

- अभ्यास कालावधी दरम्यान व्याजाची सेवा आणि परतफेड सुरू होईपर्यंत निलंबन कालावधी विद्यार्थ्यांसाठी ऐच्छिक असेल.

- •जर व्याज अभ्यासाच्या कालावधीत दिले गेले असेल आणि त्यानंतरच्या स्थगितीचा कालावधी (moratorium period) परतफेड सुरू होण्यापूर्वी असला तर १% व्याज सवलत बँकेद्वारे प्रदान केली जाऊ शकते.

९. प्रक्रिया शुल्क (PROCESSING CHARGES)

बँका/MFI कडून कोणतेही प्रक्रिया शुल्क आकारले जाणार नाही.

१०. सुरक्षितता/ हमी (SECURITY).

अशा कौशल्य कर्जासाठी कोणतीही हमी घेतली जाणार नाही. बँकांकडे, नॅशनल क्रेडिट गॅरंटी ट्रस्ट कंपनी लिमिटेड (NCGTC) कडे पैसे परत करता आले नाही तर त्या विरोधात क्रेडिट गॅरंटीसाठी अर्ज करण्याचा पर्याय आहे व NCGTC अशी हमी सर्वसाधारण कमी फी आकारण्यात पुरविल (बाकी रकमेच्या ०.५% पेक्षा कमी). अशी कर्ज हमी ही जास्तीत जास्ती बाकी कर्ज रकमेच्या ७५% एवढी असेल. (व्याजदर सहित)

पूर्वोत्तर प्रदेश (Northeastern region- NE) आणि

लेफ्ट विंग एक्सट्रीमिजम (LWE) प्रभावित क्षेत्रांसारख्या विशेष प्रकरणांमध्ये NCGTC च्या विवेकबुद्धीनुसार टक्केवारी वाढवली जाऊ

शकते. हमी शुल्काची आकारणी कर्जदाराला द्यावी की नाही यावर बँकेची मतं भिन्न असू शकतात.

११. MORATORIUM PERIOD

परतफेडीची वर्तणूक विकसित करण्यासाठी व विद्यार्थ्यांकडून काही वचनबद्धता बँक अभ्यासक्रमाच्या कालावधीतच हप्ता वसूल करू शकते. , अभ्यासक्रमादरम्यान विद्यार्थ्याने डाउन-पेमेंट (कलम ७) आणि EMI म्हणून दिलेली एकूण रक्कम पूर्ण अभ्यासक्रम मूल्याच्या १०% पेक्षा जास्त नसावी. तसेच, अशा बँकांनी विशिष्ट अभ्यासक्रमांसाठी किंवा विद्यार्थ्यांच्या काही विभागांसाठी स्थगिती काळ विचारात घ्यावा. अभ्यासक्रम पूर्ण स्थगिती कालावधीनंतर परतफेड सुरू होईल. हे खालील प्रमाणे पाहिले जाऊ शकते:

१ वर्षापर्यंत कालावधीचा अभ्यासक्रम	अभ्यासक्रम पूर्ण झाल्यापासून ६ महिन्यांपर्यंत
१ वर्षापेक्षा जास्त कालावधीचा अभ्यासक्रम	अभ्यासक्रम पूर्ण झाल्यापासून १२ महिने

बँकांना परतफेडीची रचना निवडण्याची लवचिकता असेल - फ्लॅट इक्वेटेड मंथली इन्स्टॉलमेंट्स (EMI), ट्यूब पेमेंट्स किंवा विविध क्षेत्रांसाठी आणि विद्यार्थ्यांसाठी योग्य मानले जाणारा स्थगितीचा कालावधी.

९. योजना (Schemes)

योजना १.

प्रधानमंत्री कौशल विकास योजना (Pradhan Mantri Kaushal Vikas Yojana)

पार्श्वभूमी:-

प्रधानमंत्री कौशल विकास योजना (PMKVY) २०१५ मध्ये सुरू केली गेली. देशातील कौशल्य विकासाला प्रोत्साहन देण्यासाठी आणि कमी कालावधीत कौशल्य प्रशिक्षण कार्यक्रम प्रदान करून व कौशल्य प्रमाणपत्रासाठी तरुणांना आर्थिक बक्षिसे प्रदान करणे हे त्याचे उद्दीष्ट होते. उद्योग आणि युवकांची रोजगारक्षमता या दोन्ही गोष्टींना चालना देण्याची कल्पना आहे. २०१५-१६ मध्ये प्रायोगिक टप्प्यात १९.८५ लाख उमेदवारांना प्रशिक्षण देण्यात आले. PMKVY (२०१५-१६) च्या यशस्वी अंमलबजावणीनंतर, PMKVY (२०१६-२०) हे क्षेत्र आणि भूगोल या दोन्ही बाबतीत वाढ करून आणि मेक इन इंडिया, डिजिटल इंडिया, स्वच्छ भारत यासारख्या भारत सरकारच्या इतर मोहिमांशी अधिक संरेखन करून सुरू करण्यात आले. योजना सामान्य खर्चाच्या नियमांशी संरेखित आहेत व तिचा एकूण अर्थसंकल्पीय परिव्यय रु. १२,००० कोटी असा आहे.

PMKVY ची उद्दिष्टे (Objectives of PMKVY २०१६-२०)

- उद्योग नियोजित केलेले उत्तम कौशल्य प्रशिक्षण आणि उपजीविका व रोजगार घेण्यासाठी मोठ्या संख्येने तरुणांना सक्षम आणि एकत्रित करणे.

- विद्यमान कर्मचाऱ्यांची उत्पादकता वाढवणे आणि देशाच्या वास्तविक गरजांशी कौशल्य प्रशिक्षण संरेखित करणे.

- प्रमाणन प्रक्रियेच्या मानकीकरणास प्रोत्साहन देणे व कौशल्यांची नोंदणी तयार करण्यासाठी पाया तयार करणे.

- चार वर्षांच्या कालावधीत (२०१६-२०२०) १० दशलक्ष तरुणांना लाभ करून देणे.

योजनेचे प्रमुख घटक (Key Components of the scheme).

१. अल्पकालीन प्रशिक्षण (Short term training- STT).

PMKVY प्रशिक्षण केंद्रांवर दिले जाणारे अल्पकालीन प्रशिक्षण हे शाळा किंवा कॉलेजमधून अर्धवट शिक्षण घेतलेल्या किंवा बेरोजगार युवकांसाठी आहे. नोकरीच्या भूमिकेनुसार प्रशिक्षणाचा कालावधी हा बदलतो. पण, बहुतेक अभ्यासक्रम २००-६०० तासांचा असतो म्हणजेच २ ते ६ महिन्यांचा असतो. राष्ट्रीय कौशल्य पात्रता आराखडा (National Skills Qualification Framework- NSQF) नुसार सॉफ्ट स्किल्स, उद्योजकता, आर्थिक आणि डिजिटल साक्षरता ह्या सगळ्या गोष्टी अभ्यासक्रमाचा एक भाग म्हणून शिकवले जाते. त्यांचे मूल्यांकन आणि प्रमाणपत्र यशस्वीरित्या पूर्ण केल्यावर, उमेदवारांना प्रशिक्षण

भागीदाराद्वारे (Training Partners- TPs) प्लेसमेंट किंवा नोकरी सहाय्य प्रदान केले जाते.

२. आधी घेतलेल्या शिक्षणाची (Recognition of Prior Learning- RPL) ओळख किंवा मान्यता :-

RPL ह्या योजनेच्या अंतर्गत अगोदर शिकण्याचा अनुभव किंवा कौशल्ये असलेल्या व्यक्तींचे मूल्यांकन केले जाते आणि त्यांना प्रमाणित केले जाते. RPL चा उद्देश देशातील अनियंत्रित कर्मचाऱ्यांची क्षमता, NSQF मध्ये संरेखित करणे आहे. प्रशिक्षण किंवा अभिमुखता कालावधी साधारण १२-८० तासांचा असतो.

३. विशेष प्रकल्प:-

PMKVY चे विशेष प्रकल्प घटक सरकारी संस्था, कॉर्पोरिट्स, उद्योग संस्था यांच्या विशेष भागात किंवा परदेशात प्रशिक्षणांना प्रोत्साहन दिले जाते. प्रशिक्षण जे विशेष नोकरीच्या भूमिकांद्वारे आयोजित केले आहे ते उपलब्ध असलेल्या पात्रता पॅक (Qualification Packs- QPs) किंवा राष्ट्रीय व्यावसायिक मानके (National Occupational Standards- NOSs) अंतर्गत मोजले गेलेले नाहीत. ह्या प्रकल्पांना, PMKVY अंतर्गत अल्प-मुदतीच्या प्रशिक्षणाच्या अटी आणि नियमांपासून काही विचलन आवश्यक असू शकते.

ही योजना दोन घटकांद्वारे राबविण्यात येत आहे:

१. केंद्र पुरस्कृत, केंद्रिय व्यवस्थापित (Centrally Sponsored Centrally Managed -CSCM):

हा घटक राष्ट्रीय कौशल्य विकास महामंडळाद्वारे कार्यान्वित केला जातो. PMKVY (२०१६-२०) पैकी ७५% निधी आणि संबंधित भौतिक उद्दिष्टे CSCM च्या खाली नेमून दिले गेले आहेत.

२. केंद्र पुरस्कृत राज्य व्यवस्थापित (Centrally Sponsored State Managed -CSSM):

हा घटक राज्य सरकारांद्वारे राज्य कौशल्य विकास मिशन्स (State Skill Development Missions- SSDMs) द्वारे लागू केला जातो. PMKVY (२०१६-२०) च्या २५% निधी आणि संबंधित भौतिक उद्दिष्टे CSSM च्या खाली नेमून दिले गेले आहेत.

योजना २
प्रधान मंत्री कौशल केंद्र (PMKK).

पार्श्वभूमी:-

"स्किल इंडिया मिशन" ह्या योजनेच्या खाली, कौशल्य विकास आणि उद्योजकता मंत्रालयाने (Ministry of Skill Development and Entrepreneurship- MSDE) भारतातील प्रत्येक जिल्ह्यात अत्याधुनिक, दृश्यमान, महत्वाकांक्षी मॉडेल प्रशिक्षण केंद्रांची स्थापना केली आहे. या मॉडेल प्रशिक्षण केंद्रांना "प्रधानमंत्री कौशल केंद्र" (PMKK) म्हणून ओळखले जाते.

- PMKK रोजगारक्षमतेवर लक्ष देऊन उत्तम दर्जचे अभ्यासक्रम आखण्यास आणि कौशल्य विकास

प्रशिक्षणासाठी एक महत्त्वाकांक्षी मूल्य निर्माण करण्यास तयार आहेत. PMKK अल्प-मुदतीच्या प्रशिक्षण परिसंस्थेला आदेशावर चालणाऱ्या वितरण मॉडेलपासून शाश्वत संस्थात्मक मॉडेलमध्ये रूपांतरित करण्याची कल्पना करत आहे.

PMKK च्या स्थापनेसाठी गुंतवणुकीचे समर्थन दिले जात आहे. NSDC प्रति PMKK जास्तीत जास्त INR ७० लाखांपर्यंत सुरक्षित कर्जाच्या स्वरूपात निधी समर्थन पुरवते.

आर्थिक सहाय्य भांडवल खर्चाच्या समर्थनासाठी दिले जाते (जंगम किंवा हलविण्यायोग्य मालमत्तेच्या निर्मितीसाठी वापरला जाणार नाही) ज्यामध्ये खालील घटक समाविष्ट आहेत:-

i) यंत्रसामग्री आणि उपकरणे खरेदीसह प्रशिक्षण पायाभूत सुविधा.

ii) प्रशिक्षण मदत आणि इतर संबंधित वस्तू.

iii) केंद्राचे अंतर्गत नूतनीकरण.

PMKK ची वैशिष्ट्ये:-

- •केंद्राचा विस्तार : ३००० चौ. फूट - ८००० चौ. फूट (अंगभूत क्षेत्र) (जिल्ह्याच्या लोकसंख्येवर अवलंबून).

- •सर्व केंद्रांसाठी प्रमाणिकृत बाह्य तसेच अंतर्गत ब्रॅंडिंग व आवश्यक पायाभूत सुविधा.

- जिल्ह्यातील लोकसंख्येवर आधारित अभ्यासक्रम ठरवणे जो स्थानिक तरुणांच्या आकांक्षांना बळ देईल.

- ऑडिओ-व्हिज्युअल ट्रेनिंग, बायोमेट्रिकच्या माध्यामातून उपस्थिती घेणे इ. सारखे नवीन तंत्रज्ञान वर्गांमध्ये असणे.

- समुपदेशन, मोबिलायझेशन आणि प्लेसमेंट सेल असणे.

- PMKVY मार्गदर्शक तत्त्वांनुसार निवासी समर्थन देणे.

- PMKVY मार्गदर्शक तत्त्वांनुसार, उत्पादन क्षेत्रात अनिवार्य प्रशिक्षण प्रदान करणे.

  स्थिती अद्यतन (Status update - मे २०२०)

- ८१२ PMKKs ३६ राज्ये/केंद्रशासित प्रदेशांमध्ये नियुक्त केले गेले आहेत ज्यात भारतातील ७०७ जिल्हे आणि ५४० संसदीय मतदारसंघ (PCs) समाविष्ट आहेत.

- PMKK नियुक्त केलेल्या ८१२ पैकी ७३८ PMKK स्थापित केले आहेत.

- •स्थापित केलेल्या ७३८ PMKK पैकी १२२ PMKK (११३ जिल्ह्यांचा समावेश) महत्त्वाकांक्षी जिल्ह्यांमध्ये, १०२ PMKK (८९ जिल्ह्यांचा समावेश) LWE जिल्ह्यांमध्ये, २२ PMKKs (२१ जिल्ह्यांचा समावेश) J&K जिल्ह्यामध्ये आणि ६७ PMKKs (६७ जिल्हे समाविष्ट करून) ईशान्येकडील जिल्ह्यांमध्ये स्थापन केले आहेत.

- कॉर्पोरेट श्रेणी, क्षेत्र-विशिष्ट श्रेणी (एव्हिएशन, कृषी, बंदर आणि सागरी इ.) आणि विशेष श्रेणी जसे की महिला, भिन्न दिव्यांग व्यक्ती इत्यादी अंतर्गत PMKKs देखील स्थापित केले गेले आहेत.

- •तसेच, ५८ जिल्ह्यांचा समावेश असलेले उरलेले ७४ PMKK स्थापन करण्याचे काम केले जात आहे.

योजना ३. जन शिक्षण संस्था (JSS).

पार्श्वभूमी:-

जनशिक्षण संस्थेची JSS योजना, जी पूर्वी श्रमिक विद्यापीठ म्हणून ओळखली जात होती) मार्च १९६७ पासून देशातील स्वयंसेवी संस्थांच्या नेटवर्कद्वारे किंवा संपर्कद्वारे अंमलात आणली गेली. पहिल्या श्रमिक विद्यापीठाची स्थापना वरळी, मुंबई येथे झाली. हे बॉम्बे सिटी सोशल कौन्सिल एज्युकेशन कमिटी, प्रौढ शिक्षण क्षेत्रात कार्यरत असलेल्या स्वयंसेवी संस्थेने कार्यान्वित केले होते. ह्या प्रकल्पाच्या यशानंतर, भारत सरकारने देशात अशा अनेक संस्था उभारण्यासाठी एक योजना विकसित केली.

गेल्या काही वर्षांत आर्थिक आणि सामाजिक रचनेत झालेल्या परिवर्तनामुळे, या बहुसंवादी शैक्षणिक संस्थांची भूमिका आणि व्याप्ती खूप विस्तृत झाली आहे. बदललेल्या परिस्थितीत, श्रमिक विद्यापीठाचे (SVP) लक्ष शहरी भागातील औद्योगिक कामगारांकडून असाक्षर, अकुशल आणि बेरोजगार तरुणांवर विशेषत: आहे. जसे की SC, ST, OBC, अल्पसंख्याक, दिव्यांग, महिला इ. त्यानुसार SVP चे नामकरण जन शिक्षण संस्था (JSS) असे सन २००० पासून लागू करण्यात आले.

जनशिक्षण संस्थेची योजना जुलै २०१८ मध्ये मानव संसाधन विकास मंत्रालयाकडून (Ministry of Human Resource Development- MHRD) कौशल्य विकास आणि उद्योजकता मंत्रालयाकडे (Ministry of Skill Development and Entrepreneurship- MSDE) हस्तांतरित करण्यात आली.

उद्दिष्टे:-

निरक्षर किंवा कमी साक्षर व्यक्तींची व्यावसायिक कौशल्ये आणि तांत्रिक ज्ञान सुधारणे. ज्यांचे शिक्षण प्राथमिक स्तर ८ वी पर्यंत आहे किंवा ज्या लोकांनी अर्धवट शिक्षण घेतले आहे किंवा ज्यांनी ८ वी च्या पुढे म्हणजेच १२ वी पर्यंत शिक्षण घेतले आहे त्यांची कार्यक्षमता व उत्पादक क्षमता वाढवणे आणि त्यांना उदरनिर्वाहाच्या संधी उपलब्ध करून देणे.

- जिल्ह्यातील पारंपारिक कौशल्ये ओळखणे आणि त्यांना कौशल्य कार्यक्रमांद्वारे प्रोत्साहन देणे.

- प्रशिक्षण किंवा अभिमुखता कार्यक्रमाद्वारे कौशल्य विकासाच्या विभागामध्ये कार्यरत, तज्ञ प्रशिक्षकांचा गट तयार करणे.

- कौशल्य विकासात काम करणाऱ्या इतर विभागांशी सहयोग आणि समन्वय साधणे.

- सामाजिक, आर्थिक आणि राजकीय प्रणालींचे ज्ञान वाढवणे आणि पर्यावरणाबद्दल जागरूकता निर्माण करणे.

- राष्ट्रीय मूल्यांना प्रोत्साहन देणे व राष्ट्रीय कार्यक्रमांशी जुळवून घेणे.

- स्वयंरोजगाराला चालना देणे आणि कर्ज इत्यादीसह आर्थिक सहाय्य प्रदान करणे.

स्थिती:-

सध्या २७ राज्ये आणि २ केंद्रशासित प्रदेशांमध्ये २४८ जनशिक्षण संस्था कार्यरत आहेत त्यापैकी १७ JSS कार्यरत नाहीत. तसेच ८३ नवीन जनशिक्षण संस्था स्थापन करण्याचा निर्णय घेण्यात आला आहे.

अंमलबजावणी:-

JSS योजना JSS संचालनालयाद्वारे लागू केली जाते जे MSDE चे अधीन कार्यालय आहे.

अधिक तपशीलांसाठी https://jss.gov.in/

वेबसाइट पहा.

योजना ४.

उडान

उडान योजना, जम्मू आणि काश्मीर राज्यासाठी एक विशेष उद्योग उपक्रम (Special Industry Initiative- SII) आहे. ह्या योजनेला गृह मंत्रालयाकडून निधी मिळतो तसेच ही योजना राष्ट्रीय कौशल्य विकास महामंडळाद्वारे (National Skill Development Corporation- NSDC) लागू केली आहे. रंगराजन समितीच्या शिफारशींवर , ही योजना जम्मू आणि काश्मीरमधील शिक्षित तरुणांना जे पदवीधर, पदव्युत्तर आणि इंजिनियरिंगमध्ये तीन वर्षांचे डिप्लोमा धारक आहेत, त्यांना रोजगारक्षम बनवणे हा ह्या उपक्रमाचा उद्देश आहे. रंगराजन समितीची स्थापना ऑगस्ट २०१० मध्ये करण्यात आली आणि समितीचा अहवाल फेब्रुवारी २०११ मध्ये सादर करण्यात आला. त्यानंतर २०११-१२ या आर्थिक वर्षात उडान योजना सुरू करण्यात आली. उडान

योजनेचे उद्दिष्ट जम्मू आणि काश्मीरमधील युवकांची कौशल्य विकास कार्यक्रमांद्वारे क्षमता निर्माण करणे आणि त्यानंतर त्यांना भारतातील सर्वोत्कृष्ट कॉर्पोरेट कंपन्यांशी ओळख करून देणे, असे आहे. या उपक्रमाचा उद्देश भारतातील कॉर्पोरेट क्षेत्राला जम्मू आणि काश्मीरमधील कुशल लोकांपर्यंत पोहोचवणे हा आहे.

गृह मंत्रालय या योजनेसाठी निधी पुरवितात व तसेच देखरेख देखील करतात. गृह मंत्रालयाच्या (Ministry of Home Affairs- MHA) अंतर्गत राज्य विशिष्ट योजना म्हणून, उडान हा मोठ्या प्रमाणात निधी असलेला उपक्रम आहे. MHA द्वारे योजनेसाठी नियुक्त केलेला एकूण निधी INR ७५० कोटी इतका होता. तसेच, ही योजना आता बंद करण्यात येत आहे.

योजनेची उद्दिष्टे :-

१. जम्मू आणि काश्मीरमधील पदवीधर आणि पदव्युत्तर विद्यार्थ्यांना, भारतातील सर्वोत्कृष्ट कॉर्पोरेट कंपन्यांशी ओळख करून देणे.

२. कॉर्पोरेट कंपन्यांना राज्यातील कुशल तरुणांना संध्या उपलब्ध करून देणे.

योजनेची कर्तबगारी:-

४४,३६९ उमेदवार प्रशिक्षणात सहभागी झाले आहेत. यापैकी ३८,७९८ उमेदवारांनी त्यांचे प्रशिक्षण पूर्ण केले आहे. २४,१८४ उमेदवारांना विविध क्षेत्रात नोकरीची संधी देण्यात आली आहे. ११५ कॉर्पोरेट कंपनी या कार्यक्रमाचा भाग आहेत.

TCS, Apollo Medskills, KPMG, येस बँक, Frontline Business Solutions, Tata Motors, Future Learnings, Graziano, IL&FS, IISD, Spectrum, MBD, Rooman, Vision India इत्यादी विविध क्षेत्रातील कॉर्पोरेट कंपन्यांनी २०४ उडान मेगा सिलेक्शन ड्राईव्हमध्ये भाग घेतला आहे. उडान मेगा ड्राईव्ह हे एक व्यासपीठ म्हणून काम करते जेथे अनेक कॉर्पोरेट कंपन्या जम्मू आणि काश्मीरमधील तरुणांना उडाण प्रशिक्षण कार्यक्रमासाठी एकत्रित करण्यात मदत करतात. हे प्रशिक्षण कार्यक्रम, राज्यभर विविध जिल्ह्यांमध्ये आयोजित केले जातात.

योजना ५.
शालेय उपक्रम आणि उच्च शिक्षण.

शालेय शिक्षण क्षेत्रात, NSDC ने स्वतःचा २ नवीन राज्यांमध्ये विस्तार केला आहे- ते म्हणजे आंध्र प्रदेश आणि तामिळनाडू. त्यामुळे राज्ये तसेच केंद्र शासित प्रदेशांची एकंदर संख्या २८ वर पोहोचली आहे व त्या अंतर्गत ९१८२ शाळा जोडल्या गेल्या आहेत.

NSDC ने MHRD सोबत ४ वर्षांच्या संरचनेपासून (१ प्रवेश ९ वीत आणि १ निर्गमन १२ वी इयत्तेत) ते २ वर्षांच्या संरचनेपर्यंत (९ वीला प्रवेश आणि १० वीला निर्गमन आणि पुन्हा ११ वीला प्रवेश आणि १२ वीला निर्गमन) शाळांमधील कौशल्य विकास प्रशिक्षण अंमलबजावणीच्या संरचनेची पुनर्रचना करण्यासाठी काम केले आहे. तसेच, २१ क्षेत्रांमध्ये ७३ नोकरीच्या भूमिका ओळखल्या गेल्या.

NSDC ने दिल्ली पब्लिक शाळेला, कौशल्य विकास अभ्यासक्रमांची अंमलबजावणी सुरू करण्यास प्रोत्साहन दिले आहे.

NSDC ने Kunskapsskolan (स्वीडिश बहुराष्ट्रीय शालेय शिक्षण संस्था) आणि मानव रचना इंटरनॅशनल युनिव्हर्सिटी (भारतात शिक्षण आणि शिक्षण देण्याचे एक अद्वितीय संरचना) ह्यांच्याशी भागीदारी केली. NSDC ने हरियाणातील १०० शाळांमध्ये ३ क्षेत्रांमध्ये एक चाचणी प्रकल्प चालवला - ती ३ क्षेत्र म्हणजेच: सौंदर्य आणि निरोगीपणा, IT-ITeS आणि रिटेल किंवा किरकोळ. हरियाणातील ५ जिल्ह्यांमधील ५ शाळांमध्ये मॉडेल आयटी लॅब (Model IT Lab) विकसित करण्यात आल्या आहेत. आम्ही ५ राज्यांमध्ये शिक्षण विभागांसोबत आयोजित केलेल्या 'नोकरी मेळा'द्वारे विद्यार्थ्यांच्या नोकरीची सोय केली आहे व प्रशिक्षण यशस्वीपणे पूर्ण केले आहे.

उच्च शिक्षण क्षेत्रात, NSDC, PMKVY-TI (प्रधानमंत्री कौशल विकास योजना – तांत्रिक संस्था) च्या प्रमुख उपक्रमाच्या सुविधेसाठी AICTE (ऑल इंडिया कौन्सिल फॉर टेक्निकल एज्युकेशन) सोबत काम करत आहे. पहिल्या टप्प्यात २८,२०४ प्रशिक्षण एसएससी-नोकरी भूमिका पूर्ण केल्यानंतर, २०१८-१९ मध्ये, या योजनेच्या दुसऱ्या टप्प्यात १,५७७ महाविद्यालयांमध्ये १७१,८७९ प्रशिक्षण लक्ष्यांचे वाटप करण्यात आले, जे अनेक महाविद्यालयांकडून AICTE कडून प्राप्त झालेल्या प्रस्तावांवर आधारित आहे. या कार्यक्रमांतर्गत कोणतीही नवीन नेमणूक करण्यात आलेली नाही. NSDC ने पदवीधर आणि पूर्वपदवीधरांसाठी व्यावहारिक प्रशिक्षण कार्यक्रम विकसित करण्यासाठी उच्च शिक्षण विभाग, MHRD-GoI सोबत काम करण्यास सुरुवात केली. या व्यावहारिक प्रशिक्षण कार्यक्रमाची संधी पदवीधरांसाठी मे २०१९ पासून नोकरीच्या भूमिका निवडण्यासाठी प्रदान करण्यात आली होती. फेज १ अंमलबजावणीसाठी ९ क्षेत्रे आणि सुमारे १०० नोकरीच्या भूमिका निवडल्या गेल्या. यामुळे सामान्य

पदवीधरांच्या रोजगारक्षमतेत लक्षणीय वाढ दिसेल व विद्यार्थ्यांना त्यांच्या पदवीनंतर व्यावसायिक अनुभव देखिल मिळेल. संपूर्ण प्रकल्पासाठी NAPS मार्फत निधी दिला जाईल. पूर्ण प्रकल्पाला NAPS द्वारे निधी दिला जाईल. NSDC ने BVOC प्रोग्रॅमसाठी MHRD बरोबर काम केले आहे व तसेच नवीन पदवी कार्यक्रम (सक्तीच्या अंतर्भूत उमेदवारीसहित) सुरू केला आहे. BVOC व पदवी कार्यक्रमांमध्ये उमेदवारी हा घटक अंतर्भूत आहे व अशी पहिली फळी ही शैक्षणिक वर्ष २०१९-२० मध्ये NAPS अंतर्गत ३ विभाग तसेच २० कॉलेजातून बाहेर पडली.

योजना ६.
भारत आंतरराष्ट्रीय कौशल्य केंद्रे (India International Skill Centres- IISCs)

भारत सरकार तरुण भारतीय श्रमशक्तीचा लोकसंख्याशास्त्रीय लाभांश आणून येत्या काही वर्षात श्रमशक्तीची जागतिक कमतरता भरून काढण्यासाठी उत्सुक आहेत. हे उद्दिष्ट , कौशल्य विकास आणि उद्योजकता मंत्रालयाने (Ministry of Skill Development and Entrepreneurship- MSDE) "कौशल्य भारत मिशन" अंतर्गत कौशल्य प्रशिक्षण आणि आंतरराष्ट्रीय मानकांनुसार मान्यताप्राप्त प्रमाणपत्र देण्यासाठी इंडिया इंटरनॅशनल स्किल सेंटर (IISC) ची स्थापना केली आहे. चाचणीच्या कालावधीत, प्रधानमंत्री कौशल विकास योजना (PMKVY) आणि प्रवासी कौशल विकास योजना (PKVY) या दोन योजनांची अंमलबजावणी करण्यासाठी राष्ट्रीय कौशल्य विकास महामंडळ (National Skill Development Corporation- NSDC) मार्फत IISCs ची स्थापना करण्यात आली. IISC कार्यक्रमाचा एक भाग

, उमेदवारांना आंतरराष्ट्रीय मानकांवर विशेष कौशल्य प्रशिक्षण आणि "प्रीडिपार्चर ओरिएंटेशन ट्रेनिंग" (PDOT) दोन्ही दिले जात आहे.

चाचणी कालावधी २ जुलै २०१८ रोजी यशस्वीरित्या पूर्ण झाला ज्याने खालील गोष्टी प्रदान केल्या:

अ) बाहेरील देशातील नोकरीसाठी सध्या उपलब्ध अशी मार्केट-नियंत्रित पद्धती वापरणे.

ब) भारतीय कामगार उपलब्धता आणि परदेशातील मागणी समजून घेणे.

क) पुरवठा साखळीमध्ये दर्जासाठी प्रोत्साहनपर मदत देण्याचे मार्ग.

वरील शिक्षण आणि आंतरराष्ट्रीय कामगार गतिशीलतेच्या बदलत्या परिस्थितीच्या आधारे, IISC साठी सुधारित धोरण प्रस्तावित केले जात आहे.

IISC धोरणाची प्रमुख क्षेत्रे:-

- सर्वोत्तम पद्धतींनुसार आंतरराष्ट्रीय मानकांवर मूल्यांकन आणि प्रमाणन.

- आंतरराष्ट्रीय प्रशिक्षण आणि रोजगार संरचनेच्या संदर्भात IISC मध्ये व्यावसाय मार्गदर्शन आणि समुपदेशन केंद्रे असतील. हे परदेशी रोजगार समर्थन सुलभ करणारे संसाधन केंद्र म्हणून देखील कार्य करेल. समुपदेशन केंद्रे विद्यार्थ्यांना उपलब्ध विविध परदेशातील रोजगाराच्या संधी समजून घेण्यास आणि त्यांची आवड व कौशल्ये सर्वात संबंधित संधींशी जुळण्यास मदत करील.

- नवीन धोरणानुसार IISC ने उमेदवारांमध्ये कमतरता आढळल्यास केवळ वाढीव कौशल्य प्रशिक्षण देणे अपेक्षित आहे.

- PDOT आयोजित करण्याची संधी PKVY अंतर्गत MEA द्वारे प्रायोजित केली जाईल जी IISCs ला प्रदान केली जाईल.

- IISC पायलटची प्रमुख कामगिरी:-

- १४ केंद्रांमध्ये ५९३ उमेदवारांनी नावनोंदणी केली आणि ८ सेक्टरमध्ये ९ विविध नोकऱ्यांच्या भूमिकेवर आंतरराष्ट्रीय मानकांचे संरचित प्रशिक्षण घेतले.

- ४५९ उमेदवारांचे मूल्यांकन केले गेले आणि २८६ उमेदवारांना आंतरराष्ट्रीय मानकांवर विशेष कौशल्ये प्रमाणित करण्यात आली (६२% उत्तीर्णतेची टक्केवारी).

- १८० उमेदवारांपैकी (ऑफलाइन डेटा) ६३ उमेदवार परदेशात आहेत (एकूण प्लेसमेंटच्या ३५%), ११७ उमेदवार देशांतर्गत आहेत (एकूण प्लेसमेंटच्या ६५%).

- •परदेशातील नोकरीच्या प्लेसमेंटच्या बाबतीत, उमेदवारांना UAE (२६% उमेदवार), ओमान (६०% उमेदवार), कतार (८% उमेदवार), सिंगापूर येथे नियुक्त केले गेले आहे (६% उमेदवार).

- IISC मध्ये एकंदरीत नोंदणीकृत प्रशिक्षणार्थींपैकी ४३० जणांना १६० तासांचे प्रीडिपार्चर ओरिएंटेशन ट्रेनिंग तसेच

- आंतरराष्ट्रीय मानकांवर क्षेत्र प्रशिक्षण (Domain training) मिळाले आहे.

योजना 7.

कौशल्य विकासाद्वारे मुख्य प्रवाहातील महत्त्वाकांक्षी जिल्ह्यांचा आरंभ (Launch of Mainstream Aspirational Districts through Skill Development).

"कौशल्य विकासाद्वारे मुख्य प्रवाहातील आकांक्षी जिल्हे" (Mainstream Aspirational Districts through Skill Development) हा कार्यक्रम ३ ऑक्टोबर २०१८ रोजी श्री अनंत कुमार हेगडे, राज्यमंत्री, कौशल्य विकास आणि उद्योजकता मंत्रालय (MSDE) यांनी सुरू केला. हा कार्यक्रम २८ राज्यांमधील ११७ जिल्ह्यांमध्ये राबविण्यात येणार आहे. या कार्यक्रमात कौशल्य विकासासाठी आव्हाने ओळखणे आणि जिल्ह्यांना या आव्हानांवर मात करण्यासाठी उपाय तयार करणे हे सर्व ह्यात समाविष्ट आहे. MSDE, DGT, NSDC आणि NSDA मधील १५० हून अधिक अधिकारी या "आकांक्षी जिल्ह्यांच्या" क्षेत्र भेटींमध्ये सहभागी होतील. या कार्यक्रमाद्वारे, MSDE कौशल्य विकासासाठी प्रशासन आणि संस्थात्मक पायाभूत सुविधा मजबूत करण्याचा प्रयत्न करतात.

मिशन, ३ ऑक्टोबर २०१८ रोजी सुरू होणार आहे आणि हे तीन टप्प्यांत सुरू केले जाईल. २६ जानेवारी २०१९ पर्यंत निकाल जाहीर होणे अपेक्षित आहे.

कार्यक्रमाची उद्दिष्टे खालीलप्रमाणे आहेत:

- जिल्ह्यातील लोकांची कौशल्ये ओळखणे.
- जिल्हा कौशल्य परिसंस्थेचे मूल्यांकन.

- जिल्ह्यातील विशिष्ट आव्हाने आणि सहाय्याची संभाव्य क्षेत्रे ओळखणे.

- सल्लामसलत प्रक्रियेद्वारे जिल्हा कौशल्य विकास योजनेची (District Skill Development Plan) प्रगती.

- जिल्ह्यांना कार्य आराखड्यासाठी पाठींबा देणे.

कार्यक्रमाचे महत्त्वाचे घटक:

- केंद्र, राज्य आणि जिल्हा प्रशासन यांच्यात समन्वय सुनिश्चित करण्यासाठी संस्थात्मक यंत्रणा.

- जिल्हा कौशल्य समिती (District Skill committee)

- जिल्हा कौशल्य विकास योजना.(District Skill Development Plan)

- केंद्र आणि राज्य सरकारांच्या पुढाकारांचे अभिसरण.

- सर्वोत्तम पद्धतींच्या प्रसाराचे दस्तऐवजीकरण.

- •तज्ञ संस्थांसोबत भागीदारी करणे आणि जिल्ह्यांना मदत करणे.

- MSDE तांत्रिक आणि आर्थिक सहाय्य प्रदान करणे.

- दृष्टीकोन आणि धोरण:-

टप्पा 1 - आव्हाने ओळखणे:-

जिल्हा कौशल्य विकास प्रणाली (District Skill Development System) आणि प्रक्रियेचे मूल्यांकन केले जाईल. या आधारे कौशल्य विकासासाठी जिल्ह्यासमोरील आव्हाने ओळखली जातील.

टप्पा 2 - जिल्हा कौशल्य विकास योजनेची प्रगती (District Skill Development Plan- DSDP):-

DSDP जिल्हा कौशल्य समिती आणि इतर भागधारकांशी सल्लामसलत करून तयार केला जाईल.

टप्पा 3 - जिल्हा कौशल्य विकास योजनेची अंमलबजावणी (District Skill Development Plan):

भागधारक आणि तज्ञ संस्था यांच्याशी चर्चा करून ही योजना लागू केली जाईल. तज्ञ संस्था जिल्ह्यांपर्यंत पोहोचण्यासाठी सहाय्यभूत ठरतील.

राज्य कौशल्य विकास मिशनाच्या (State Skill Development Mission- SSDM) समन्वयाने जिल्हा कौशल्य समिती (District Skill Committee- DSC) बनवून मिशन कार्यान्वित केले जाईल.

अपेक्षित परिणाम:-

- कार्यक्रमात जिल्हा स्तरावर संसाधने ओळखणे आणि योजनांचे एकत्रीकरण करणे यांचा समावेश असेल.

- मागणी आणि पुरवठा यांच्यातील अंतर भरून काढण्यासाठी आणि भौगोलिक आणि क्षेत्रीय तफावत दूर करण्यासाठी विविध बाजू किंवा दृष्टिकोनातून गरजेचे आहे.

- एकत्रीकरण, समुपदेशन आणि उद्योग ह्यांचा सहभाग व सक्षमकर्त्यांद्वारे कौशल्य परिसंस्था निर्माण करणे.

- जिल्हा आराखड्याचे प्रत्यक्ष नियंत्रण तसेच सहभागातून मूल्यांकन.

योजना ८.
संकल्प

कौशल्य संपादन आणि उपजीविका संवर्धनासाठी ज्ञान जागृती (Skill Acquisition And Knowledge Awareness for Livelihood Promotion- SANKALP) हा कौशल्य विकास मंत्रालयाचा जागतिक बँकेच्या कर्ज सहाय्याने उभारलेला कार्यक्रम आहे. संस्थांना बळ , उद्योग व व्यावसायिक संपर्क जोडून व समाजातील उपेक्षित घटकांचा समावेश करून अल्पकालीन कौशल्य प्रशिक्षण कार्यक्रम सुधारणे हे त्याचे उद्दिष्ट आहे. संकल्प १९ जानेवारी २०१८ रोजी सुरू करण्यात आला आणि त्याची मुदत मार्च २०२३ पर्यंत आहे.

प्रकल्पातील परिणाम आराखडा (Results Framework)आणि DLIs (Disbursement Linked Indicators) हे ह्या द्वारे मोजले जातात जे MSDE आणि जागतिक बँक यांच्यात सहमत आहेत.

"संकल्पात" तीन प्रमुख परिणाम क्षेत्रे आहेत:-

(i)   केंद्र, राज्य आणि जिल्हा स्तरावर असलेल्या संस्थांना सशक्त बनवणे.

(ii)   कौशल्य विकास कार्यक्रमांची गुणवत्ता हमी.

(iii) कौशल्य विकास कार्यक्रमांमध्ये दुर्लक्षित लोकसंख्येचा समावेश असणे.

संकल्प अंतर्गत हस्तक्षेप खालीलप्रमाणे विभाजन केले आहे:

- परिणाम क्षेत्र 1: संस्थांना सशक्त बनवणे.

- परिणाम क्षेत्र 2: व्यवसायातील किंवा उद्योगातील प्रासंगिकता आणि गुणवत्ता अधिक उत्तम करणे.

- परिणाम क्षेत्र 3: उपेक्षित समुदायांचा समावेश आणि प्रवेश असणे.

- अनेक परिणाम क्षेत्रांमध्ये प्रकल्प असणे.

वितरणाशी निगडित निर्देशक. (Disbursement Linked Indicators- DLIs)

प्रत्येक DLI हा सत्यापन प्रोटोकॉलमध्ये अंतर्भूत केला जाईल.

- DLI १: ज्या प्रशिक्षणार्थींनी NSQF-संरेखित, अल्प-मुदतीचे कौशल्य विकास कार्यक्रम यशस्वीरित्या पूर्ण केले आहेत त्यांना प्रमाणित केले जाते.

- DLI २: पदवीधरांना अल्प-मुदतीचे SD कार्यक्रम पूर्ण झाल्यानंतर सहा महिन्यांच्या आत वेतन-रोजगार किंवा स्वयंरोजगार दिला जातो.

- DLI ३: संरेखित केलेले QPs हे आदर्श अभ्यासक्रम, प्रशिक्षक मार्गदर्शक तसेच शिक्षक- विद्यार्थी माहिती साठ्यामध्ये स्थलांतरित केले जाते.

- DLI ४: प्रशिक्षण किंवा पुनर्प्रशिक्षण दिल्या गेलेल्या प्रशिक्षक आणि मूल्यांकनकर्त्यांची संख्या.

- DLI ५: राज्यांची शैक्षणिक संस्था मजबूत करण्याविषयी, SD प्रोग्रॅमच्या उचिततेसाठी तसेच उपेक्षित लोकसंख्येसाठी उपलब्धता तसेच प्रशिक्षणाची पूर्तता.

- DLI ६: SD कार्यक्रमांमध्ये सहभागी होणाऱ्या महिलांच्या टक्केवारीत वाढ.

- DLI ७: बेरोजगार तरुणांना स्थानिक बाजारपेठांशी जोडण्यासाठी ग्रामपंचायत (GP) स्तरावर सुधारित सेवा वितरण.

- DLI ८: अल्पकालीन कौशल्य कार्यक्रम राबविण्यासाठी जिल्हा कौशल्य समितीची (District Skill committee- DSC) क्षमता मजबूत करणे.

योजना ९.

दीनदयाल उपाध्याय ग्रामीण कौशल्य योजना (DDU-GKY).

दीनदयाल उपाध्याय ग्रामीण कौशल्य योजना (DDU-GKY) हा भारत सरकारच्या ग्रामीण विकास मंत्रालयाचा, (Ministry of Rural Development- MoRd) कौशल्य आणि नोकरीसाठी संधी उपलब्ध करून देण्याचा उपक्रम आहे. DDU-GKY ची उत्पत्ती आजीविका कौशल्य कार्यक्रम आणि स्वर्णजयंती ग्राम स्वरोजगार योजनेच्या (SGSY) 'विशेष प्रकल्प' घटकामध्ये आहे. ग्रामीण युवकांच्या व्यावसायिक आकांक्षांना मदत करण्यावर आणि मजुरीच्या रोजगारासाठी त्यांची कौशल्ये वाढवण्यावर ही योजना केंद्रित आहे.

DDU-GKY च्या अंमलबजावणीमध्ये राज्य सरकारे, नॅशनल इन्स्टिटट्यूट ऑफ रुरल डेव्हलपमेंट अँड पंचायती राज (NIRD आणि PR) सारख्या तांत्रिक सहाय्य संस्था आणि प्रकल्प अंमलबजावणी संस्था (PIAs) यांचा समावेश होतो.

MoRD ने कार्यक्रमाची अंमलबजावणी करताना अनुसरण्यासाठी मार्गदर्शक तत्त्वे आणि मानक कार्यप्रणाली (SOP) अधिसूचित केल्या

आहेत. DDU-GKY अंतर्गत सर्व प्रकल्प कार्यकर्त्यांना मानक कार्यप्रणालींमध्ये प्रशिक्षित, मूल्यांकन आणि प्रमाणित करणे अनिवार्य आहे.

व्हिजन

पॉलिसी डिझाइनसाठी उत्कृष्टतेचे केंद्र आणि जागतिक नेता बनणे. तसेच, प्रगतीशील देशांतील ग्रामीण तरुणांसाठी कौशल्य आणि प्लेसमेंटशी संबंधित कौशल्य कार्यक्रमांची अंमलबजावणी.

मिशन

सामाजिकदृष्ट्या वंचित गटांसह ग्रामीण युवकांना चांगले भविष्य सुरक्षित करण्यासाठी व सक्षम करण्यासाठी राष्ट्रीय स्तरावर सरकारद्वारे आयोजित केलेल्या कार्यक्रमांसाठी देखरेख, मूल्यमापन, प्रशिक्षण, सामग्री विकास आणि संशोधन यासारख्या तांत्रिक सेवा प्रदान करणे.

उद्दिष्टे

- NIRDPR ला २०२० पर्यंत देशातील ग्रामीण तरुणांसाठी कौशल्य आणि प्लेसमेंटशी संबंधित कार्यक्रमांसाठी नोडल सल्लागार संस्था बनवणे.

- भारतातील ग्रामीण युवकांच्या फायद्यासाठी प्लेसमेंटशी संबंधित कौशल्य कार्यक्रमांच्या प्रभावी अंमलबजावणीमध्ये भागधारकांची क्षमता वाढवणे.

- प्रगतीशील जगातील कौशल्य उपक्रम आणि कार्यक्रमांचे ज्ञान भांडार होणे.

- कौशल्य कार्यक्रमांच्या प्रभाव मूल्यमापन संशोधनात अग्रभागी असणे.

योजना १०.

राष्ट्रीय नागरी उपजीविका अभियान:-

राष्ट्रीय नागरी उपजीविका अभियानाचा आढावा:-

राष्ट्रीय शहरी उपजीविका अभियानाचे उद्दिष्ट, शहरी गरीब कुटुंबांना स्वयंरोजगार आणि मजुरीच्या रोजगाराच्या संधी मिळविण्यासाठी सक्षम करून त्यांची गरिबी दूर करणे आहे. त्यामुळे त्यांच्या जीवनमानात सुधारणा होईल. शहरी बेघरांना टप्प्याटप्प्याने अत्यावश्यक सेवांनी सुसज्ज निवारा प्रदान करणे आणि वैधानिक आणि इतर क्रियाकलापांद्वारे शहरी रस्त्यावरील विक्रेत्यांच्या गरजांच्या समस्यांचे निराकरण करणे हे मिशनचे उद्दिष्ट आहे.

कौशल्य प्रशिक्षण आणि प्लेसमेंटद्वारे रोजगार (EST&P):-

हा घटक शहरी गरिबांची स्वयंरोजगार किंवा पगारी रोजगाराची क्षमता वाढवण्यासाठी त्यांच्या कौशल्यांच्या विकासासाठी सहाय्य प्रदान करण्यावर भर देईल. EST&P शहरी गरिबांना व्यवसायातील मागणीशी जुळणारे कौशल्य प्रशिक्षण देण्याचा निर्धार आहे. जेणेकरून ते स्वयंरोजगार करू शकतील किंवा पगाराची नोकरी मिळवू शकतील. तसेच, EST&P शहरी गरीबांना ओळखेल जे व्यावसायिक असुरक्षिततेच्या अधीन आहेत. EST&P अंतर्गत लाभार्थ्यांच्या निवडीसाठी कोणतीही किमान किंवा कमाल शैक्षणिक पात्रता विहित केलेली नाही.

EST&P चे उद्दिष्टे:-

कौशल्य प्रशिक्षण आणि प्लेसमेंट कार्यक्रमाद्वारे रोजगाराची व्यापक उद्दिष्टे खालील प्रमाणे आहेत:

- शाश्वत उपजीविकेसाठी शहरी गरिबांना कौशल्ये प्रदान करणे.

- संरचित, बाजाराभिमुख आणि प्रमाणित अभ्यासक्रमांद्वारे शहरी गरिबांचे उत्पन्न वाढवणे जे पगारदार रोजगार किंवा स्वयंरोजगाराच्या संधी प्रदान करू शकतात ज्यामुळे शेवटी रहाणीमान चांगले होईल.

- राष्ट्रीय अर्थव्यवस्थेत गरीब लोकांच्या वाढीव योगदानासह सर्वसमावेशक वाढ सुनिश्चित करणे.

पात्रता निकष:-

NULM च्या EST&P घटकांतर्गत प्रशिक्षणासाठी निवडलेले उमेदवार फक्त शहरी गरीब कुटुंबातील असावेत.

विशेष गट:-

- SC आणि ST उमेदवारांना किमान शहरातील गरीब लोकसंख्येतील त्यांच्या ताकदीच्या प्रमाणात लाभ मिळणे आवश्यक आहे.

- EST&P अंतर्गत असलेल्या राज्य किंवा केंद्रशासित प्रदेशातील एकूण लाभार्थ्यांपैकी किमान ३०% महिलांसाठी, किमान १५% अल्पसंख्याक समुदायातील व्यक्तींसाठी आणि किमान ३% उमेदवार अपंग व्यक्तींसाठी (PwD) असावेत.

- तथापि, व्यापार आणि अंमलबजावणीच्या क्षेत्रावर आधारित, वरील किमान टक्केवारीची आवश्यकता सामाईक प्रशिक्षण कार्यक्रमांद्वारे पूर्ण करणे जर शक्य नसेल, तर SULM द्वारे वरील असुरक्षित समुदायांना लक्ष्य करणारे विशिष्ट प्रशिक्षण कार्यक्रम हाती घेतले जाऊ शकतात.

|| संदर्भ साहित्य (**Reference**)

कौशल्य विकासातील सामान्य नियम

http://www.skilldevelopment.gov.in/assets/images/Notification15th%20July%202015.pd

प्रधानमंत्री कौशल विकास योजना

http://pmkvyofficial.org/.

मॉड्यूलर रोजगारक्षम कौशल्ये

http://www.dget.nic.in/content/innerpage/introduction-sdis.php

राष्ट्रीय कौशल्य विकास आणि उद्योजकता धोरण 2015

http://www.skilldevelopment.gov.in/assets/images/Skill%20India/Policy% 20Booklet%20V2.pdf

राष्ट्रीय कौशल्य पात्रता फ्रेमवर्क

http://www.nsda.gov.in/NSQF/nsqfIndexPage.html?name=notification

राष्ट्रीय व्यावसायिक मानके आणि पात्रता पॅक

http://www.nsdcindia.org/nos

NULM मिशन दस्तऐवज

http://nulm.gov.in/PDF/NULM_Mission/NULM_mission_document.pdf

EST&P घटकाची परिचालन मार्गदर्शक तत्त्वे

http://nulm.gov.in/PDF/NULM_Mission/ESTP-Guidelines.pdf

महाराष्ट्र राज्य कौशल्य विकास सोसायती

www.mssds.in

महाराष्ट्र राज्य कौशल्य विकास मंडळ

https://msbsd.edu.in/